ഏകാകികളുടെ ആൾക്കൂട്ടം

ekakikalude alkkoottam
(essays)

•

o p suresh

•

first edition
july 2017

•

typesetting & published
chintha publishers, thiruvananthapuram

•

•

cover
vinod

•

വിതരണം

ദേശാഭിമാനി ബുക്ക് ഹൗസ്

H O തിരുവനന്തപുരം–695 035
phone: 0471-2303026, 6063026
www.chinthapublishers.com
chinthapublishers@gmail.com

ബ്രാഞ്ചുകൾ

ഹെഡ്ഡാഫീസ് ബ്രാഞ്ച് കുന്നുകുഴി • സ്റ്റാച്യു തിരുവനന്തപുരം • കെ എസ്
ആർ ടി സി ബസ് സ്റ്റേഷൻ ആലപ്പുഴ • കെ എസ് ആർ ടി സി ബസ്
സ്റ്റേഷൻ എറണാകുളം • മച്ചിങ്ങൽ ലെയ്ൻ തൃശൂർ • ഐ ജി റോഡ് കോഴി
ക്കോട് • മാവൂർ റോഡ് കോഴിക്കോട് • എൻ ജി ഒ യൂണിയൻ ബിൽഡിങ്
കണ്ണൂർ • സെൻട്രൽ ബസ് ടെർമിനൽ കോംപ്ലക്സ് താവക്കര കണ്ണൂർ

CO - 2533 / 4371
ISBN - 978-93-86637-01-7

ഏകാകികളുടെ ആൾക്കൂട്ടം

ഒ പി സുരേഷ്

ചിന്ത പബ്ലിഷേഴ്സ്
തിരുവനന്തപുരം-695 035

ഒ പി സുരേഷ്

മലപ്പുറം ജില്ലയിലെ ചീക്കോട് ജനനം. അച്ഛൻ: ഒ പി നാരാ
യണൻ. അമ്മ: തങ്കം.

*പലകാലങ്ങളിൽ ഒരു പൂവ്, വെറുതെയിരിക്കുവിൻ (കവി
തകൾ) എന്നിവ പ്രസിദ്ധീകൃതമായ കൃതികൾ.*

E-mail   :   opsuresh@gmail.com

ഉള്ളടക്കം

പ്രസാധകക്കുറിപ്പ്

അനുഭവങ്ങളുടെ ഹൃദ്യമായ വിവരണങ്ങളാണ് ഒ പി സുരേഷിന്റെ *ഏകാകികളുടെ ആൾക്കൂട്ടം*. ഇതിൽ യാത്രാനുഭവങ്ങളും ജീവിതാനുഭവങ്ങളുടെ ആവിഷ്കാരങ്ങളു മുണ്ട്. ഹൃദ്യമായ ശൈലിയിൽ ആകർഷകമായ സന്തുല നത്തോടെ വരച്ചുവച്ചിരിക്കുന്ന ഈ അനുഭവ കഥനം വായ നക്കാർക്ക് മികച്ച വായനാസുഖം പകരുന്നതാണ്.

മികച്ചത് എന്ന് നിസ്സംശയം വിശേഷിപ്പിക്കാവുന്ന ഈ അനു ഭവസഞ്ചയം ഞങ്ങൾ അവതരിപ്പിക്കുന്നു. വലിയ തോതിൽ സ്വീകരിക്കപ്പെടും എന്ന ഉറപ്പോടെ.

ചിന്ത പബ്ലിഷേഴ്സ്

യാത്രയുടെ പല പാതകൾ
സി വി ബാലകൃഷ്ണൻ

ചില മാന്ത്രിക പദങ്ങളുണ്ട്. യാത്രയെന്നത് അവയിലൊന്നാണ്. ആ വാക്കിന്റെ ശുദ്ധമാന്ത്രികത, ഒരുപക്ഷേ, മറ്റൊരു വാക്കിനുമില്ല. ഒരു സ്ഥലത്തുനിന്നും പുറപ്പെട്ട് പല അനുഭവങ്ങളിലൂടെ നീങ്ങിക്കടന്ന് വേറൊരു സ്ഥലത്ത് എത്തിച്ചേരുകയെന്നതിനപ്പുറം അതിന്റെ അർത്ഥ മണ്ഡലം അതിവിപുലവുമാണ്. യാത്രയെന്നാൽ നമ്മൾ മനുഷ്യരെ സംബന്ധിച്ച് ജീവിതം തന്നെയാണ്. ജീവിതത്തിന്റെ പാതകളാകട്ടെ, എല്ലായ്പ്പോഴും സ്നേഹസുന്ദരമാകണമെന്നില്ല. പല കാഴ്ചകളും അനു ഭവങ്ങളും കണ്ണുകളെ നോവിച്ചേക്കാം.

വൈവിധ്യമാർന്ന കാഴ്ചകളുടെയും ആഹ്ലാദകരവും വ്യഥിതവു മായ അനുഭവങ്ങളുടെയും ഒരു ശ്രേണിയാണ് ഒ പി സുരേഷിന്റെ *ഏകാ കികളുടെ ആൾക്കൂട്ടം*. ഇതിൽ ആഖ്യാതാവായ ഉത്തമ പുരുഷൻ (First Person) മാത്രമല്ല, അനവധി സഹജീവികളുമുണ്ട്. ആഖ്യാതാവിനൊപ്പം സ്ഥലകാലങ്ങളിലൂടെ അവരും കടന്നുപോകുന്നു. അവരുടെകൂടി ആശ കങ്കളും ഉദ്യോഗവും വ്യഥകളും ഹർഷവും കലർന്നതാണ് ഈ കൃതി പകരുന്ന അനുഭവരാശി.

ഏറെ കൗതുകകരമായ നിരവധി ജീവിത സന്ദർഭങ്ങൾ ഇഴയടുപ്പ ത്തോടെ ഏകാകികളുടെ ആൾക്കൂട്ടത്തിലുണ്ട്. ഒരു സ്ത്രീയെ വാഹന ത്തിൽ കയറ്റരുതെന്ന് ശഠിച്ച ഉള്ളുറപ്പില്ലാത്ത മൂന്നു ബ്രഹ്മചാരികളെ പകവും ദൃഢവുമായ ധാരണകളുള്ള ഡ്രൈവർ തീക്ഷ്ണ വചനങ്ങൾ കൊണ്ട് നിഷ്പ്രഭരാക്കുന്ന മുഹൂർത്തത്തിന്റെ ഹൃദ്യത ഒന്നു വേറെ ന്നെ. യാത്രയ്ക്കൊടുവിൽ എഴുത്തുകാരൻ ആരാധനയോടെ സമ്മാനിച്ച കാശ് 'സത്യമുള്ളതേ തിന്നൂ സാർ' എന്നു പറഞ്ഞ് നിരാകരിക്കുന്നതോടെ ചിത്രകൂടമെന്ന പ്രകൃതിക്കിണങ്ങുന്ന ഒരു ഇതിഹാസ കഥാപാത്രത്തിന്റെ

മാനം കൈവരിക്കുന്നു വെറും സാധാരണക്കാരനായ ഡ്രൈവർ. അത് രചനയുടെ ലാവണ്യമാണ്.

ഒരു പാക്കേജ് ടൂറിന്റെ ഭാഗമാകുന്ന ഉൽക്കണ്ഠകളില്ലാത്ത വിനോദ സഞ്ചാരിയിൽനിന്ന് സൂക്ഷ്മബോധമുള്ള യാത്രക്കാരൻ എങ്ങനെ വ്യത്യ സ്തനായിരിക്കുന്നുവെന്ന് ഗാഢമായി ബോദ്ധ്യപ്പെടുത്തുന്ന അനുഭവ കഥനമാണ് *ഹോങ്കോങ്: ചില രാത്രി വെളിച്ചങ്ങൾ*. പുതുമോടികൾക്കും അണുവിട തെറ്റാത്ത ചിട്ടകൾക്കുമിടയിൽ കാതോർക്കുന്ന സംവേദന ശീലർക്ക് ഗ്രഹിക്കാൻ പാകത്തിൽ ആന്തരികമായ ഒരു താളക്രമം പുലർത്തിക്കൊണ്ട് സ്നിഗ്ദ്ധവും വശ്യവുമായ കാഴ്ചകളൊരുക്കുന്ന നഗ രത്തിൽ കടുത്ത ആശങ്കയുടെ മണിക്കൂറുകൾക്കുശേഷം ഒരു അപ്രതീ ക്ഷിത വിസ്മയം പ്രാപിക്കാനായെന്ന സാക്ഷ്യം യാത്രോന്മുഖർക്കൊ ക്കെയും ഉത്തേജകമത്രെ. ഇന്തോനേഷ്യൻ കുടുംബ പശ്ചാത്തല ത്തിൽനിന്ന് പരിത്യക്തയായി ഹോങ്കോങ്ങിന്റെ വിശാലതയിൽ അഭയം തേടിയ അനയെന്ന സ്ത്രീയുടെ നിസ്സഹായത ചുരുക്കം വാക്കുകളിലാണ് ആഖ്യാനം ചെയ്യപ്പെടുന്നതെങ്കിലും അത്യന്തം ഹൃദയസ്പൃക്കാണ്. യാത്രാരേഖകളോ പൗരത്വ രേഖകളോ ഇല്ലാതെ ഒളിജീവിതം നയിച്ചു കൊണ്ട് നല്ല ഒരു ജോലിതേടി അവിശ്രമം അലച്ചിൽ തുടരുന്ന അനേ കംപേരെ പ്രതിനിധീകരിക്കുന്നൊരു മൂർത്തബിംബമായി തെളിഞ്ഞുനി ല്ക്കുന്നു.

ആർദ്രമായ ഒരു അനുസ്മൃതിയാണ് 'ഇരുട്ടുമരങ്ങളും പെങ്ങളും' എന്ന കുറിപ്പ്. ജീവിതത്തെ പൊള്ളിക്കുന്ന ഉഗ്രതാപത്തിന്റേതായ ഒരു നുഭവത്തിൽനിന്ന് സ്വാസ്ഥ്യത്തിന്റെ തളിർത്തൊത്തിലെത്തിയ ഒരു മനസ്സ്. പ്രസന്നവും പ്രത്യാശാഭരിതവുമാകുന്ന കാഴ്ച ഏതൊരു മന സ്സിനെയും കുളിർപ്പിക്കാൻ പോന്നതാണ്. സ്നേഹം എന്ന വികാരവായ്പ്പ് എത്ര തീവ്രതയാർന്നതാണെന്ന് കുടുംബചരിത്രത്തിൽനിന്നുള്ള ഈ ഏട് ഒരിക്കൽക്കൂടി വ്യക്തമാക്കുന്നു.

വൈക്കം മുഹമ്മദ് ബഷീറിന്റെയും എസ് കെ പൊറ്റെക്കാട്ടിന്റെയും ഉറൂബിന്റെയും എം ടി വാസുദേവൻനായരുടെയും മറ്റു നിരവധി എഴു ത്തുകാരുടെയും കലാകാരന്മാരുടെയും ജീവിതവുമായി കെട്ടുപിണഞ്ഞ നഗരമാണ് കോഴിക്കോട്. കുട്ടിക്കാലത്തു കേട്ട വിസ്മയ വർത്തമാന ങ്ങളുടെ കേന്ദ്രസ്ഥാനമായ കോഴിക്കോടിനെക്കുറിച്ച് ഒരു കുറിപ്പിൽ (കോഴിക്കോട്: ജീവിതത്തിന്റെ ഡിക്ഷണറി) ഒ പി സുരേഷ് പ്രതിപാ ദിക്കുന്നത് തികഞ്ഞ ആരാധനയോടെയാണ്. വായിച്ചുത്തീരാത്ത ഒരു ശബ്ദകോശമെന്നത് നഗരത്തിന് ലഭിക്കാവുന്ന വലിയ ബഹുമതി തന്നെ. തിരക്കുകൾക്കും ആരവങ്ങൾക്കുമിടയിൽ ശാന്തവും സ്വച്ഛവുമായ പതിഞ്ഞ ഗാനംപോലെ ഒരു ഗ്രാമീണ നിശ്ശബ്ദത ഉൾത്തട്ടിലായി നഗരം പുലർത്തുന്നുവെന്ന നിരീക്ഷണം സ്നേഹനിർഭരമാണ്. കോഴിക്കോടൻ ചാരുതകൾ ഇതേപോലെ മറ്റു ചില കുറിപ്പുകളിലും തെളിഞ്ഞുകാണാം.

ആനന്ദിന്റെ *ആൾക്കൂട്ട*മെന്ന കൃതി പങ്കുവെക്കുന്ന ഗഹന ചിന്ത

കൾ സ്വന്തം ജീവിതവുമായി ചേർത്ത് അപഗ്രഥിക്കുന്ന രചന തികച്ചും വേറിട്ട ഒന്നത്രെ. മാതൃകാപരമായ ഒരു പുനർവായനയാണ് അതിലൂടെ നിർവ്വഹിക്കപ്പെടുന്നത്. നോവൽ തുറന്നിടുന്ന അപാരമായ പാരായണ സാദ്ധ്യതകളെക്കുറിച്ചുള്ള സൂക്ഷ്മബോധം വാക്കുകളെയാകെ സജീ വമാക്കുന്നു. സ്വയം ഒരു കഥാപാത്രമായി ആഖ്യായികയുടെ തുറസ്സി ലേക്ക് കടന്നുചെന്ന്, അവിടെയുള്ള യഥാർത്ഥ കഥാപാത്രങ്ങളുടെ ചോദ്യ ങ്ങളിലും സന്ദേഹങ്ങളിലും സംവാദങ്ങളിലും ഭാഗഭാക്കാവുന്നതിലൂടെ പ്രാപ്യമായ അപൂർവ്വ സ്വാതന്ത്ര്യം എത്രമേൽ ഉന്മേഷകരവും തീവ്ര വുമാണെന്ന് ഒ പി സുരേഷ് ഗൃഹാതുരത്വത്തോടെ ഓർമ്മിച്ചെടുക്കു മ്പോൾ അതൊരു നല്ല സാർത്ഥകമായ പാരസ്പര്യത്തിന്റെ ദൃഷ്ടാന്ത മായി സ്ഫുടം വെക്കുന്നു. എഴുത്തുകാരും പുസ്തകങ്ങളും ലക്ഷണ മൊത്ത വായനക്കാരിൽനിന്ന് ഇങ്ങനെയൊരു നിശ്ശബ്ദ സൗഹൃദം പ്രതീ ക്ഷിക്കുന്നുണ്ട്. എല്ലാ എഴുത്തുകാർക്കും എല്ലാ പുസ്തകങ്ങൾക്കും അത് നേടാനായേക്കില്ല. എന്നാൽ, *ഏകാകികളുടെ ആൾക്കൂട്ടം* നിസ്സംശയ മായും അതിന് യോഗ്യമാണ്. ഒത്തുചേരാനുള്ള ഒരു ഇടമായി ഈ കൃതി ഉണർന്ന മനസ്സുള്ള വായനക്കാരെ സ്നേഹവായ്പോടെ ക്ഷണിക്കുന്നു.

1

ചിത്രകൂടത്തിലെ ബ്രഹ്മചാരികൾ

അജന്തയിലെ ഗുഹാവിസ്മയങ്ങളിൽനിന്ന് തുടങ്ങി ബുദ്ധന്റെ ജന്മ ദേശമായ ലുംബിനിവരെ നീളുന്ന യാത്രാപരിപാടികളിൽ ഒരിടത്തും ചിത്ര കൂടം ഉണ്ടായിരുന്നില്ല. അജന്തയും എല്ലോറയും സാഞ്ചിയും പിന്നിട്ട് യാത്ര രണ്ടാം വാരത്തിലേക്ക് കടന്നപ്പോൾ മനസ്സിൽ ഒരു മുറുക്കം പിടി കൂടുംപോലെ. അത്രമേൽ ആകർഷകവും അത്ഭുതകരവുമായിരുന്നിട്ടും നിശ്ചലമായ ശില്പഭംഗികളുടെ ആവർത്തന ചക്രത്തിൽപ്പെട്ട് അക ത്തൊരു നിശ്ചലാവസ്ഥ പതുക്കെ ചമ്രം പടിയാൻ തുടങ്ങിയിരുന്നു. അഴി ഞ്ഞുലഞ്ഞ പ്രകൃതിയുടെ തീർത്തും സ്വാഭാവികമായ ഏതെങ്കിലും ഒരൊഴുക്കിൽ മുങ്ങി നിവരണം. കാഴ്ചകളുടെ സങ്കീർണ്ണ വൈചിത്ര്യ ങ്ങൾ വടുകെട്ടിയ മനസ്സിലേക്ക് സ്വച്ഛലാളിത്യത്തിന്റെ കുളിർവെളിച്ചം കടക്കണം. എല്ലാ സംത്രാസങ്ങളേയും ആവാഹിച്ചെടുത്ത് ആഹ്ലാദചിത്ത രാക്കി തിരിച്ച് നടത്തുന്ന പ്രകൃതിയുടെ മാസ്മരമായ ഏതെങ്കിലും സാ ന്നിദ്ധ്യമറിയണം. ഭോപ്പാലിൽവെച്ചുണ്ടായ അത്തരമൊരാലോചനയി ലാണ് സഹയാത്രികനായ കല്പറ്റ നാരായണൻ ചിത്രകൂടം അടുത്ത യാത്രാലക്ഷ്യമായി പ്രഖ്യാപിക്കുന്നത്.

ഇതിഹാസങ്ങളിൽ പരാമൃഷ്ടമായ അതീവസുന്ദരമായ ഭൂപ്രദേശ മാണ് ചിത്രകൂടം. *രാമായണത്തിലും* *മഹാഭാരതത്തിലും* മാത്രമല്ല കാളി ദാസന്റെ *മേഘദൂതിലും*, *രഘുവംശത്തിലും* ചിത്രകൂടത്തിന്റെ കാനന ഭംഗികൾ പരാമർശിക്കുന്നുണ്ട്. തുളസീദാസന്റെ *രാമചരിത മാനസ* ത്തിലും അനന്യസൗന്ദര്യമാർന്ന ഈ ഭൂമിക കടന്നുവരുന്നുണ്ട്. പതി നാല് വർഷത്തെ വനവാസത്തിനിടയിൽ രാമലക്ഷ്മണന്മാരും സീതയും വാല്മീകി മഹർഷിയുടെ ഉപദേശമനുസരിച്ച് പതിനൊന്നര വർഷക്കാലം ചെലവഴിച്ചത് മന്ദാകിനിനദീതീരത്തെ ചിത്രകൂട പ്രകൃതിയിലാണ്.

 ഏകാകികളുടെ ആൾക്കൂട്ടം
ഒ പി സുരേഷ്

'മന്ദാകിനിയിൽ കുളിച്ചുത്തു സന്ധ്യയും
വന്ദിച്ചുപോന്നാശ്രമേ വസിച്ചീടിനാർ' എന്ന് എഴുത്തച്ചൻ അയോ
ദ്ധ്യാകാണ്ഡത്തിൽ. ദശരഥന്റെ വിയോഗവാർത്തയറിഞ്ഞ രാമലക്ഷ്മണ
ന്മാർ പതിവ് അന്ത്യക്രിയകൾ ചെയ്യുന്നതും മന്ദാകിനിയിൽ മുങ്ങിക്കു
ളിച്ചാണ്. അത്രിമഹർഷിയും ഭാര്യ സതി അനസൂയയും താപസഗാർ
ഹസ്ഥ്യം നയിച്ചതും ഈ മലഞ്ചെരുവിലത്രെ. വനവാസത്തിനിടയ്ക്ക്
സീതയ്ക്ക് സതി അനസൂയ പത്നീധർമ്മം ഉപദേശിച്ചതും മന്ദാകിനി
നദീതീരത്തെ ആശ്രമത്തിലാണ്. (സന്ന്യാസം ഗാർഹസ്ഥ്യത്തെ പുണ
രാനായുന്ന മഹാസന്ദർഭമായി സീതാ അനസൂയ സമാഗമത്തെ ചിത്രീ
കരിക്കുന്ന വൈലോപ്പിള്ളിയുടെ 'ഉജ്ജ്വലമുഹൂർത്തം' എന്ന കവിത
യുണ്ട്.) കൊള്ളാം. ചിത്രകൂടത്തെക്കുറിച്ചുള്ള വിവരങ്ങൾ ഒന്നിനൊന്ന്
കേമമാണ്. ആകസ്മികമായാണെങ്കിലും യാത്രാ പരിപാടിയിലിടംപിടിച്ച
ഈ ചിത്രകൂടമായിരിക്കില്ല, ഒടുവിൽ നിറപ്പകിട്ടാർന്ന ഓർമ്മകളോടെ
മൊത്തം യാത്രാ സ്മരണകളെ പ്രദീപ്തമാക്കുന്നതെന്ന് ആര് കണ്ടു?

പിന്നീടുള്ള നീക്കങ്ങൾക്ക് ആവേശത്തിന്റെ അധികവേഗം കൂടിയു
ണ്ടായി. ഭോപ്പാലിൽനിന്ന് ഝാൻസി റെയിൽവേ സ്റ്റേഷൻ. അവിടെനിന്ന്
ആറ് മണിക്കൂർ ട്രെയിൻ യാത്രയുണ്ട് ബുന്ദൽഘണ്ട് മേഖലയിലെ ചിത്ര
കൂടത്തിലേക്ക്. മദ്ധ്യപ്രദേശിന്റെയും ഉത്തർപ്രദേശിന്റെയും അതിർത്തി
നഗരമാണിത്. ഉത്തർപ്രദേശിൽ പുതുതായി രൂപീകരിച്ച 'ചിത്രകൂട്' ജില്ല
യിലും മദ്ധ്യപ്രദേശിലെ സത്ന ജില്ലയിലും ഉൾപ്പെട്ട പ്രദേശങ്ങളാണ്
പൗരാണികവും സാംസ്കാരികവുമായി പ്രാധാന്യമുള്ള ചിത്രകൂടം. കാമ
ദ്ഗിരി, രാംഘട്ട്, ഹനുമാൻധാരാ, ജാനകികുണ്ട്, ലക്ഷ്മൺ പഹാരി,
ഗുപ്ത് ഗോദാവരി, സതി അനസൂയ ആശ്രമം, ദേവാംഗന മല എന്നി
ങ്ങനെ വിവിധ മേഖലകളിലായി വ്യാപിച്ചുകിടക്കുന്നതാണ് ചിത്രകൂട
പ്രകൃതി.

പുലർച്ചെ നാലുമണിയോടെയയാണ് ചിത്രകൂട് റെയിൽവേ സ്റ്റേഷ
നിലെത്തുന്നത്. റിസർവ്വേഷനില്ലാത്ത രാത്രി യാത്ര ഞങ്ങളെ ഏതാണ്ട്
ഒടിഞ്ഞുമടങ്ങിയ നിലയിലാക്കിയിരുന്നു. പ്ലാറ്റ്ഫോം നിറഞ്ഞ് കവിഞ്ഞ
ജനാവലിയാൽ സമ്പന്നമായിരുന്നു ചിത്രകൂടത്തിലെ പ്രഭാതം. നീണ്ടു
നിവർന്ന് കിടന്ന് സ്വസ്ഥമായുറങ്ങുന്ന കുടുംബങ്ങൾ, ചങ്ങാതിക്കൂട്ടങ്ങൾ,
ഏകാകികൾ... അവർക്കിടയിലൂടെ ഒട്ടും അപരിചിതത്വമില്ലാതെ പ്രഭാ
തത്തിലേ സജീവമായിത്തുടങ്ങിയ വാനരക്കൂട്ടങ്ങൾ. സ്റ്റേഷൻ പുറത്തു
കടന്നതും എട്ട്പത്ത് 'മുതിർന്ന' ആൺകുട്ടികൾ ഞങ്ങളെ പൊതിഞ്ഞു.
ചിത്രകൂട് സ്റ്റേഷനിൽനിന്നും ചിത്രകൂടത്തിലേക്ക് ഒൻപത് കിലോമീറ്റർ
യാത്രയുണ്ട്. ഓട്ടോറിക്ഷയാണ് പ്രധാന വാഹനം. വരിവരിയായി നിർ
ത്തിയിട്ടിരിക്കുന്ന ഓട്ടോകളിൽ ആളു നിറയുന്നതനുസരിച്ച് പുറപ്പെട്ട്
തുടങ്ങും. പത്ത് രൂപയാണ് ഒരാൾക്ക് ചാർജ്. തങ്ങളുടെ വണ്ടിയിലേക്ക്
യാത്രക്കാരെ ആദ്യം കയറ്റാനുള്ള മത്സരത്തിലാണ് 'കുട്ടികൾ.' അപാര
മായ ഊർജ്ജസ്വലതയോടെ പ്രസന്നരായി ചിരിച്ചും കളിച്ചും അവർ

തങ്ങളുടെ ജോലി കൃത്യമായി ചെയ്തുകൊണ്ടിരുന്നു. ഏത് വണ്ടിയി ലേക്കെന്ന ഞങ്ങളുടെ ശങ്കയെ അസ്ഥാനത്താക്കി ഒരുവൻ ബേഗുകൾ പിടിച്ചുവാങ്ങി ഒരു വണ്ടിയുടെ നെറുകയിലിട്ടു. അകത്തുകയറിയ ഞങ്ങളെ പിടിച്ചിറക്കി മറ്റൊരുവണ്ടിയിൽ കയറ്റാനായി വേറൊരുത്തന്റെ ശ്രമം. അതിൽ ഒരുവൻ ആദ്യം കണ്ട വൃദ്ധ ദമ്പതികളെ മറ്റൊരുത്തൻ വണ്ടിയിൽ കേറ്റിയെന്നത് വലിയ ബഹളമായി. തർക്കത്തിനൊടുവിൽ ഭാര്യയും ഭർത്താവും രണ്ട് വണ്ടികളിലായി പോകാൻ ധാരണയായി. വണ്ടിക്കാർക്ക് മാത്രമല്ല, ദമ്പതികൾക്കും സംതൃപ്തി!

വഴിയിലുടനീളം പാൽപ്പാത്രങ്ങൾ തൂക്കി നടക്കുന്ന സ്ത്രീകളും പണിയായുധങ്ങളും കൊണ്ടുപോകുന്ന പുരുഷന്മാരും. തലങ്ങും വിലങ്ങും സൈക്കിൾ റിക്ഷകളുണ്ട്. സൈക്കിൾ റിക്ഷയാണ് ചെറിയ ദൂരങ്ങളിലേക്കുള്ള പ്രധാന വാഹനം. റോഡിനിരുവശവും നിബിഢവന ങ്ങളും വെളിമ്പ്രദേശങ്ങളും കൃഷിസ്ഥലങ്ങളും മാറിമാറി പ്രത്യക്ഷപ്പെ ട്ടുകൊണ്ടിരുന്നു. അദ്ധ്വാനശീലരായ സാധാരണ മനുഷ്യരുടെ നാടാണി തെന്ന് വെളിപ്പെടുത്തിക്കൊണ്ട് തൊഴിലാളികളുടെ ചെറു സംഘങ്ങൾ ഇടയ്ക്കിടെ വന്നുപൊയ്ക്കൊണ്ടിരുന്നു. ഇത്ര രാവിലെ മുതലേ ഉണർ ന്ന് കർമ്മനിരതരായ ഗ്രാമീണരുടെ സജീവതയെ ഉള്ളാലെ നമിച്ചു. പത്തു മണിക്ക് പോലും ജോലിസ്ഥലത്തെത്താൻ പ്രയാസപ്പെടുന്ന എന്റെ 'തിരക്കു' പിടിച്ച മടികളെ മനസ്സിൽ ശാസിച്ചു.

ഹോട്ടലുകളും ലോഡ്ജുകളുമെല്ലാം ധാരാളമുള്ള 'രാംഘട്ടി'ന് സമീ പമാണ് ഓട്ടോക്കാരൻ ഞങ്ങളെ ഇറക്കിയത്. 'ടൂറിസ്റ്റു'കൾ അവിടെയി റങ്ങും. സമീപവാസികൾ, അധികവും ഗിരിവർഗ്ഗക്കാർ, അവരവരുടെ പ്രദേശങ്ങളിലേക്ക് യാത്ര തുടരും. ടൂറിസ്റ്റുകൾക്ക് മാത്രമായുള്ള ടാക്സി സർവ്വീസ് ചിത്രകൂടിൽ അപൂർവ്വമാണ്. വില കുറഞ്ഞതും രസകരവു മായ പൊതുയാത്രാ മാർഗ്ഗങ്ങളാണ് വ്യാപകമായി ഉപയോഗിക്കുന്നത്. ആളുകളേറെയും സൗമ്യരും നിഷ്കളങ്കരും. ഇവിടെ മുറിയെടുക്കാം. ചെറിയ വിശ്രമത്തിനും പ്രഭാത ഭക്ഷണത്തിനുംശേഷം പോകേണ്ട ഓരോ സ്ഥലത്തേക്കും രാംഘട്ടിൽനിന്ന് ഓട്ടോറിക്ഷയുണ്ട്.

മന്ദാകിനീ നദീതീരത്തെ രാംഘട്ട് തന്നെയാണ് വിശ്വാസികളുടെ പ്രധാന തീർത്ഥാടന കേന്ദ്രം. രാമൻ തന്റെ പിതാവിന് ബലിതർപ്പണം ചെയ്ത സ്ഥലമെന്ന് വിശ്വസിക്കപ്പെടുന്ന രാംഘട്ടിൽ ബലി തർപ്പണ ത്തിന് തിക്കും തിരക്കുമാണ്. 'വിധിപ്രകാരം' കർമ്മങ്ങൾ ചെയ്യുന്നവരെ 'സഹായിക്കാൻ' ശാസ്ത്രിമാരുടെ വൻപട തന്നെയുണ്ട്. ചുറ്റുവട്ടത്തെ വീടുകളൊക്കെ ഇവരുടേതാണ്. കർമ്മങ്ങൾക്കുള്ള മന്ത്രോച്ചാരണങ്ങ ളേക്കാൾ വിശ്വാസികളെ ചാക്കിട്ടുപിടിക്കാനുള്ള ഇവരുടെ കച്ചവട കല മ്പലുകളാൽ മുഖരിതമാണ് രാംഘട്ടിലെ പ്രഭാതം. മന്ദാകിനിയുടെ തീരം പലതായി പകുത്തെടുത്ത് ഓരോരോ കാർമ്മികർ. നദിക്കരെ ഇപ്പോൾ വിശ്രമിക്കുന്ന അസംഖ്യം തുഴബോട്ടുകൾ നന്നായി അലങ്കരിച്ചിട്ടുണ്ട്. പലതിലും 20 രൂപയ്ക്ക് ഒരാൾക്ക് നദിയിലൂടെ ഏതാണ്ടൊരു കിലോമീ

റ്റർ ദൂരം ബോട്ടിൽ സഞ്ചരിക്കാം. സായാഹനമായിരിക്കും യാത്രയ്ക്ക് ചേർന്ന സമയം. ഐതീഹ്യവും വിശ്വാസവും ചരിത്രവും കെട്ടുപിണ ഞ്ഞുകിടക്കുന്ന മന്ദാകിനീ നദിയിലൂടെ സായാഹനയാത്ര മനസ്സിനെ സൗ മൃമായി ഉന്മത്തമാക്കാതിരിക്കില്ല.

രാംഘട്ടിലെ പ്രഭാത സന്ദർശനം മനസ്സിൽ നിരാശ പടർത്തി. ഈ യൊരു ബഹളത്തിലേക്കാണോ, വരണ്ട ആചാരക്രിയാ കേന്ദ്രത്തിലേ ക്കാണോ മാനസികമായി കുളിരുതേടിയെത്തിയതെന്ന് സ്വയം പരിഹ സിച്ചു. ഏറെ സാഹസപ്പെട്ട് യാത്രാ ഷെഡ്യൂളുകൾ മാറ്റിമറിച്ച് ചിത്ര കൂടം തെരഞ്ഞെടുത്ത കല്പറ്റയോട് ചെറിയ നീരസം തോന്നി. അദ്ദേഹം പക്ഷേ, സ്വതസിദ്ധമായ സാത്വികത വെടിയാതെ എന്തെങ്കിലും കാണാ തിരിക്കില്ലെന്ന് പ്രത്യാശിച്ചുകൊണ്ടിരുന്നു.

ഇനി ചിത്രകൂടിലെ മറ്റ ലക്ഷ്യങ്ങളിലേക്കുള്ള യാത്രയാണ്. ഹനു മാൻധാര, സതി അനസൂയ ആശ്രമം, ഗുപ്ത ഗോദാവരി എന്നിവിടങ്ങ ളിലേക്ക് ഓട്ടോറിക്ഷാ പാക്കേജുകളുണ്ട്. പോക്കും വരവുമുൾപ്പെടെ ഒരാൾക്ക് 40 രൂപ. ഏതാണ്ട് പത്തറുപത് കിലോമീറ്റർ യാത്രയുണ്ട്. മഹാ ലാഭം എന്ന് എന്നിലെ കച്ചവടക്കാരൻ കണ്ണിറുക്കി. പന്ത്രണ്ട് പേർക്ക് കയറാവുന്ന വലിയ റിക്ഷയാണ്. ഡ്രൈവർക്കിരുപുറവും ഓരോരുത്തർ. മദ്ധ്യത്തിൽ അഞ്ചുപേർ. പുറം തിരിഞ്ഞ് പിന്നിൽ അഞ്ചുപേർ. യു പി ക്കാരായ മൂന്ന് മധ്യവയസ്കരാണ് മദ്ധ്യഭാഗത്തിരിക്കുന്നത്. അതിലൊ രാൾ കറുത്ത കണ്ണടവെച്ച ഒരന്ധനാണ്. കഴുത്തിൽ രുദ്രാക്ഷവും തല യിൽ കെട്ടുമുണ്ട് എല്ലാവർക്കും. മഹാരാഷ്ട്രയിൽനിന്നുള്ള വൃദ്ധദമ്പതി മാരാണ് ഞങ്ങൾക്കടുത്ത് പിൻസീറ്റിൽ ഇരുന്നത്. ഭർത്താവിന് കേരള മറിയാം. ശ്രീപത്മനാഭസ്വാമി ക്ഷേത്രത്തിലെ വലിയ നിധികുംഭത്തെ ക്കുറിച്ച് അയാൾ ആരാധനയോടെ സംസാരിച്ചു. ഏറെക്കാലം തമിഴ്നാ ട്ടിൽ ജോലി ചെയ്തിട്ടുണ്ടത്രെ. പക്ഷേ, ഗുരുവായൂരും ശബരിമലയു മൊന്നും മൂപ്പർക്കില്ല. ഈയിടെ മാത്രം 'ബഡാമന്ദിർ' ആയി മാറിയ പത്മ നാഭസ്വാമി ക്ഷേത്രമാണ് അയാൾക്ക് കേരള സർവ്വസ്വം!. വന്യമായ ഭംഗി കളെ ശാലീനമായി വകഞ്ഞുമാറ്റിയപോലെയാണ് ചിത്രകൂടത്തിലെ റോഡുകൾ. കുണ്ടും കുഴിയും നിറഞ്ഞ് അലങ്കോലമാണെങ്കിലും അവ നാഗരികതയുടെ നാവുപോലെ ആർത്തിപുരണ്ടതല്ല. ഹനുമാൻ ധാര യിലേക്കാണ് ആദ്യ യാത്ര. ഓട്ടോഡ്രൈവർ അയാൾക്കറിയാവുന്ന ഹിന്ദിയിൽ എത്തിച്ചേരാൻ പോവുന്ന സ്ഥലത്തെക്കുറിച്ച് ആവേശ ത്തോടെ സംസാരിക്കുന്നുണ്ട്. സമീപത്തെങ്ങോ താമസിക്കുന്ന ചില 'ലോക്കൽസു'മുണ്ട് വണ്ടിയിൽ. അവരും സംസാരത്തിൽ പങ്കുകൊണ്ടു. ചിലർ ഇടയ്ക്കിറങ്ങിപ്പോകും. വേറെ ചിലർ കയറും. തദ്ദേശീയരും വിദേ ശീയരുമായ സങ്കരക്കൂട്ടം. ഡ്രൈവറും ലോക്കൽസും സംസാരിക്കുന്നത് 'ബുന്ദേൽ' ഭാഷയിലാണ്. ബുന്ദേൽ മേഖലയിലെ, പ്രത്യേകിച്ചും ഗിരി വർഗ്ഗക്കാരുടെ, ഭാഷയാണത്രെ. അവരോട് നിത്യജീവിത പ്രശ്നങ്ങളും ഞങ്ങളോട് ചിത്രകൂടപ്രാധാന്യവും മാറിമാറി വിവരിച്ച്, സദാ പുഞ്ചിരി

പൊഴിച്ചും തമാശകൾ പറഞ്ഞും ഡ്രൈവർ ദൂരത്തെ ചെറുതാക്കാൻ ശ്രമിച്ചുകൊണ്ടിരുന്നു.

നൂറുകണക്കിന് അടി ഉയരമുള്ള കൂറ്റൻപാറയും വിശാല വനമേ ഖലയും ഇടയ്ക്കൊഴുകുന്ന മന്ദാകിനിയുമാണ് ഹനുമാൻധാരയുടെ സവി ശേഷത. ലങ്കാദൗത്യത്തിന് ശേഷം തിരിച്ചെത്തിയ ഹനുമാനുവേണ്ടി രാമൻ നിർമ്മിച്ചതാണ് ഈ കൂറ്റൻ പാറ. പർവ്വതമെന്നത്രേ ഐതിഹ്യം. രാംഘട്ടിനെ അപേക്ഷിച്ച് കുറെക്കൂടി വിജനമായ ഹനുമാൻധാര, പ്രഭാ തത്തിലെ ഇച്ഛാഭംഗങ്ങൾ പരിഹരിക്കുംപോലെ. മന്ദാകിനി കടന്ന് ഉൾ വനങ്ങളിലേക്ക് നീളുന്ന ഒറ്റയടിപ്പാതകളും വാനരക്കൂട്ടങ്ങളും. കാടിന്റെ ഏകാന്തത സുന്ദരമായ ഭാഷയായി. അവിടെയും പ്രകൃതി സൃഷ്ടിച്ച അത്ഭുത ദൃശ്യങ്ങൾ അപ്രസക്തമാക്കി തങ്ങളുടെ നിസ്സാരത പ്രകടമാ ക്കി മനുഷ്യൻ നിർമ്മിച്ച കോൺക്രീറ്റു ക്ഷേത്രം കല്ലുകടിയായി. പൂജാ കർമ്മങ്ങൾക്ക് നിർബ്ബന്ധിച്ച് അവസരമൊരുക്കുന്ന അഭിനവ സന്ന്യാസി മാരുടെ മനംമടുപ്പിക്കുന്ന മന്ത്രജപങ്ങളുമുണ്ട്. യു പി ക്കാരായ മൂവർ സംഘം മാത്രം എല്ലാ പൂജാ കേന്ദ്രങ്ങളിലും ഭക്ത്യാദരപൂർവ്വം തൊഴു തുപോന്നു.

സതി അനസൂയാ ആശ്രമവും പരിസരവും പ്രാചീനമായ ഭംഗി വിളം ബരം ചെയ്ത് കാത്തുകിടക്കുന്നു. അരയന്നങ്ങൾ കൂട്ടമായി നീന്തിത്തു ടിക്കുന്ന മന്ദാകിനി ഇവിടെ ഏറെ തെളിഞ്ഞതും കുളിരാർന്നതുമാണ്. 'ഭക്തജനങ്ങൾ'ക്ക് വേണ്ടി കെട്ടിയുയർത്തിയ കോൺക്രീറ്റ് സൗധം മാറി നടന്നാൽ, നൂറ്റാണ്ടുകൾക്കുമുമ്പ് താപസ ശ്രേഷ്ഠന്മാർ ധ്യാനനിമഗ്നരാ യിരുന്ന പാറക്കെട്ടുകൾ യാതൊരു അവിശ്വസനീയതയും തോന്നിപ്പിക്കാ തെ തലയുയർത്തി നില്പുണ്ട്.

അത്രിയുടെയും അനസൂയയുടെയും ആശ്രമം പിന്നിട്ട് ഗുപ്ത് ഗോദാ വരിയിലെത്തിയപ്പോൾ 'കളി' മാറാൻ തുടങ്ങി. പ്രകൃതിയൊരുക്കിയ വിസ് മയക്കാഴ്ചകളിൽ അന്തം വിട്ടുനില്ക്കുകയല്ലാതെ മറ്റ് വഴികളില്ല. മനു ഷ്യന്റെ കരവിരുതുകളേതുമില്ലാതെ ഏറെ കമനീയവും വിദഗ്ധവുമായ രീതിയിൽ പ്രകൃതി തന്നത്താൻ ഒരുക്കിയ മാന്ത്രികമായ ശില്പചാതു രിയാണ് ഗുപ്ത് ഗോദാവരിയിൽ. പാറകളുടെ വലിയൊരു കുന്ന്. അക ത്തേക്ക് ഒരാൾക്ക് കഷ്ടിച്ച് കടക്കാവുന്ന ഗുഹാമുഖം. വിവരിക്കാനാവാ ത്ത വിധം വിസ്മയങ്ങൾ നിറച്ച പ്രകൃതിയുടെ കൈവേലയുണ്ട് ഓരോ പാറയടരിലും. ഗുഹയ്ക്കകത്തെത്തിയാൽ ഏതാണ്ട് എണ്ണൂറ് മീറ്ററോളം വളഞ്ഞ് പുളഞ്ഞ് സഞ്ചരിക്കാവുന്ന, മുട്ടറ്റം വെള്ളം നിറഞ്ഞ വിചിത്ര വീഥികൾ, അകത്ത് ഓരോ വളവിലുമുണ്ട് വൻനദിയെ ഒളിപ്പിച്ചു നിർ ത്തിയ ചെറിയ ചെറിയ ജലസഞ്ചയങ്ങൾ. ഏറ്റവും ഭ്രമാത്മകമായ സൈ ക്കഡെലിക് ഫാന്റസികളിൽപോലും സങ്കല്പിക്കാനായിട്ടില്ല ഇത്തരമൊരു യാഥാർത്ഥ്യത്തെ. മനുഷ്യൻ കഠിന പ്രയത്നത്താൽ ഉണ്ടാക്കിയെടുത്ത തിന് പിന്നിൽ തീർച്ചയായും മഹത്ത്വമുണ്ട്. എന്നാൽ സ്വയം ഉണ്ടായി ത്തീർന്ന വിസ്മയങ്ങൾക്കുപിന്നിലോ? മനുഷ്യന്റെ അഹന്ത നിറഞ്ഞ

മുഴുവൻ ആത്മവിശ്വാസങ്ങളേയും നിലംപരിശാക്കുന്ന ശുദ്ധ സുന്ദരമാ
യ ലാളിത്യം.

വിശ്വാസികൾ വെറുതേ 'ഹരേ റാം' വിളിച്ച് ബഹളംവെച്ചുകൊ
ണ്ടിരുന്നു. പ്രകൃതിയുടെ ഉൽകൃഷ്ടവും ഉജ്ജ്വലവുമായ സ്വാഭാവിക കലാ
കൗതുകത്തിന് മുന്നിൽ മൗനമായി ശിരസ്സ് നമിക്കേണ്ട നേരത്ത്, ആരുടെ
പേരിലായാലും ഈ ശബ്ദഘോഷങ്ങൾ സഹിക്കുക വയ്യ. ഗുഹാകവാട
ത്തിനകത്ത് ഓരോ തിരിവിലും നിലവിളക്ക് കത്തിച്ച് വലിയ വായിൽ
'രാംജി', 'ഹനുമാൻജി' എന്നെല്ലാം വിളിച്ചുകൂവി സന്ദർശകരിൽനിന്ന്
ഭീഷണിപ്പെടുത്തുംവിധം പണം പിടുങ്ങുന്ന പൂജാരിസംഘങ്ങളുടെ
കൈയിലാണ് ഗുപ്ത് ഗോദാവരി. അതിലൊവരുവൻ, ഒരു പതിമൂന്ന്
വയസ്സു കാണും, എന്നെ പിടിച്ചു നിറുത്തി ഭാര്യയുടെ പേരു ചോദിച്ചു
കൊണ്ട് നെറ്റിയിൽ കുങ്കുമം തൊടുവിച്ചു. അവളുടെ പേരു പറഞ്ഞു
തീർന്നതും അജ്ഞാതമായ ഏതോ ഭാഷയിൽ ചില കുടിലമന്ത്രവാദി
കൾ സിനിമയിൽ ചെയ്യുംവിധം ഘോരമായ ചില അട്ടഹാസങ്ങളും
ആക്രോശങ്ങളും മുഴക്കാൻ തുടങ്ങി. ഇടയ്ക്കിടെ എന്റെയും ഭാര്യ
യുടെയും പേരും വിളിച്ചാർക്കുന്നുണ്ട്. അതുകഴിഞ്ഞ് എന്നോട് പണമാ
വശ്യപ്പെട്ടു. എന്തിനെന്നായി ഞാൻ. നിങ്ങളുടെ ദീർഘായുസ്സിനും കുടും
ബത്തിന്റെ ഐശ്വര്യത്തിനും വേണ്ടിയെന്നായി പയ്യൻ. പണം നല്കി
യാൽ കിട്ടുന്ന ഐശ്വര്യമൊന്നും വേണ്ടെന്ന് പറഞ്ഞു തീർന്നതും കോപാ
ക്രാന്തനായ ബാലൻ വ്യക്തമായ ഹിന്ദിയിൽ നിന്റെ കുലം മുടിഞ്ഞു
പോകും, നിന്റെ സമ്പത്ത് നശിച്ചുപോകുമെന്നെല്ലാം വലിയ വായിൽ
'ശപിക്കാൻ' തുടങ്ങി. ശുദ്ധവിശ്വാസികളുടെ മനസ്സിലകിപ്പോകുന്ന മാരക
മുഹൂർത്തം. വിശ്വാസത്തിന്റെ നൂല്പാലത്തിൽ നിർത്തി നഗ്നമായ ചൂഷ
ണമാണ് നടത്തുന്നത്. ദീർഘായുസ്സിന്, മക്കളുടെ വിവാഹത്തിന്, ധനാ
ഗമനത്തിന് എല്ലാം പണം പിടുങ്ങുന്ന കച്ചവടകൂട്ടങ്ങളുടെ നാണംകെട്ട
ആക്രോശങ്ങളിൽ ഗുപ്ത് ഗോദാവരിയുടെ മുഴുവൻ ശാന്തിയും തടങ്കലി
ലായപോലെ.

മദ്ധ്യപ്രദേശ് സർക്കാരിന്റെ ടൂറിസം വകുപ്പും ആർക്കിയോളജിക്കൽ
സർവ്വേ ഓഫ് ഇന്ത്യയുമാണ് ഈ കേന്ദ്രങ്ങളുടെ നടത്തിപ്പുകാർ.
എന്നിട്ടും ഇവയെല്ലാം എങ്ങനെയാണ് ഒരു മതക്കാരുടെ ആചാരനുഷ്ഠാ
ന ക്രമങ്ങളുടെ മാത്രം വാണിജ്യ വിഭാഗത്തിന്റെ കൈകളിലമർന്നത്?
'രാഷ്ട്രീയരാമനെ' മുൻനിർത്തി ഇന്ത്യയുടെ ഭരണാധികാരം കൈയാ
ളാനുള്ള സംഘപരിവാർ ശ്രമങ്ങളുടെ ഭാഗമായി 1980 കളുടെ ഒടുവിലാ
ണ് മറ്റൊരുപാട് പൗരാണിക കേന്ദ്രങ്ങൾക്കൊപ്പം ചിത്രകൂടം വിശ്വാസ
വിപണിയിലെത്തിയത്. 'രാമനെ' ഒരു പ്രദേശത്തിന്റെയാകെ, അവിടത്തെ
ജനങ്ങളുടെയാകെ ജീവിതത്തെ ഭൗതികമായിത്തന്നെ നിർണ്ണയിക്കുന്ന
'അരി'യാക്കി മാറ്റുകയായിരുന്നു. ഗുപ്ത് ഗോദാവരി കഴിഞ്ഞ് മടക്കയാ
ത്രയ്ക്കിടയിൽ കണ്ട രാമനെക്കുറിച്ചുള്ള മ്യൂസിയം ഈ വസ്തുത ഒന്നു
കൂടി ഉറപ്പിച്ചു. ഇതിഹാസ കഥാപാത്രത്തെ 'ചരിത്ര പുരുഷനാ'ക്കി മാ

റ്റുന്ന രാഷ്ട്രീയ നാടകത്തിന് ചിത്രകൂടത്തിന്റെ അനുഗ്രഹീത ഭൂപ്രകൃ
തി നിശ്ശബ്ദ പശ്ചാത്തലമായി മാറുകയായിരുന്നോ?

മടക്കയാത്രയ്ക്കിടയിൽ പണികഴിഞ്ഞു മടങ്ങുന്ന ബുന്ദേൽ ദമ്പ
തികൾ ഓട്ടോയ്ക്ക് കൈ കാണിച്ചു. ഇതിനിടെ ഇങ്ങനെ ആരൊക്കെ
യോ കയറി ഇറങ്ങിപ്പോയിരിക്കുന്നു. ഡ്രൈവർ വണ്ടി നിർത്തി, അവർ
ക്കിരിക്കാനുള്ള സ്ഥലം കാണിച്ചു കൊടുത്തു. മദ്ധ്യഭാഗത്ത് യു പി ക്കാ
രനായ അന്ധനും കൂട്ടുകാരുമിരുന്നിടത്ത് ആ സ്ത്രീ വന്നിരുന്നതും അതി
ഭീകരമായ ആക്രോശങ്ങളോടെ അന്ധൻ ബഹളം വെക്കാൻ തുടങ്ങി.
കൂടെ കൂട്ടുകാരും. എന്താണ് കാരണമെന്നറിയാതെ ഡ്രൈവർ
വണ്ടിനിർത്തി. ഈ സ്ത്രീയെ വണ്ടിയിൽ കയറ്റാൻ പാടില്ലെന്ന് മൂന്നു
പേരും കട്ടായം പറഞ്ഞു. തങ്ങൾ ബ്രഹ്മചാരികളാണെന്നും സ്ത്രീ അടു
ത്തിരുന്നതോടെ എല്ലാം തകർന്നെന്നും മൂന്ന് പേരും വിലപിക്കാൻ
തുടങ്ങി. പിന്നെ ഡ്രൈവർക്കുനേരെ കോപാക്രാന്തരായി ബഹളം തന്നെ.
എന്നാൽ ശരി, തങ്ങൾ പരസ്പരം മാറിയിരിക്കാമെന്നായി സ്ത്രീയും
ഭർത്താവും. ഇനി മാറി ഇരുന്നിട്ടെന്ത്, തൊട്ടതോടെ എല്ലാം പോയില്ലേ
എന്ന് ബ്രഹ്മചാരികൾ!

അതുവരെ കളിച്ചു ചിരിച്ചുനിന്നിരുന്ന ഡ്രൈവറുടെ മുഖം നിമിഷ
നേരംകൊണ്ട് മാറിമറിഞ്ഞു. ദേഷ്യംകൊണ്ട് ചുവന്നുപോയ ആ മനു
ഷ്യൻ പിന്നെ നടത്തിയത് നാളിതുവരെ അയാളാർജ്ജിച്ച മുഴുവൻ
മനുഷ്യ വിജ്ഞാനത്തിന്റെയും വിസ്ഫോടനമായിരുന്നു.

'സ്ത്രീയെപ്പറ്റി നീയൊക്കെ എന്താണ് മനസ്സിലാക്കിയിരിക്കുന്നത്?
നിന്റെ അമ്മ സ്ത്രീയല്ലേ? സ്ത്രീയില്ലാതെ നീയൊക്കെ സ്വയം ഭൂവായി
ഉണ്ടായതാണോ? ബ്രഹ്മചര്യത്തെപ്പറ്റി നിങ്ങൾക്കെന്തറിയാം? ഒരു സ്ത്രീ
അടുത്തിരുന്നാൽ മുറിഞ്ഞുപോകുന്നതാണോ നിന്റെ ബ്രഹ്മചര്യം? ഈ
തരം ചിന്തയുമായി നീയൊന്നും എങ്ങനെ ജീവിച്ചാലും മോക്ഷം കിട്ടില്ല.
ഇത് രാമന്റെ മാത്രം സ്ഥലമല്ല. സീതയുടേതുമാണ്. അത്രി മഹർഷിയു
ടേത് മാത്രമല്ല സതി അനസൂയയുടേതുമാണ്. ഒരു സ്ത്രീ അടുത്തിരു
ന്നാൽ പൊളിയുന്ന ബ്രഹ്മചര്യവുമായി ഒരുത്തനും ഇങ്ങോട്ടു വരണ്ട.
വന്നിട്ട് കാര്യവുമില്ല... മറ്റ് യാത്രക്കാർ ഇടപെട്ട് അയാളെ ആശ്വസിപ്പിച്ചു.
അപ്രതീക്ഷിതമായ ആക്രമണത്തിൽ നിരായുധരായവരെ പോലെ 'ബ്രഹ്മ
ചാരികൾ' നിശ്ശബ്ദരായി. വഴിയാത്രക്കാരായ ദമ്പതികളാവട്ടെ ഞങ്ങൾ
നടന്നു പൊയ്ക്കൊള്ളാം എന്നായി. എന്നാൽ ഡ്രൈവർ വഴങ്ങിയില്ല.

'ഈ സ്ത്രീയുടെ അടുത്തിരുന്ന് യാത്ര ചെയ്യാമെങ്കിൽ മാത്രം
ഇവർക്ക് ഈ വണ്ടിയിൽ മടങ്ങാം. അല്ലെങ്കിൽ ഇവിടെയിറങ്ങാം'. അത്
ഒരു നിലപാടാണെന്നും മാറ്റുവാനാവില്ലെന്നും അതിനകം തന്നെ ബോദ്ധ്യ
പ്പെട്ടവരായിരുന്നു എല്ലാവരും. എന്തുചെയ്യും? ബ്രഹ്മചാരികൾ ഒന്നും
മിണ്ടുന്നില്ല. വണ്ടിയിൽനിന്ന് ഇറങ്ങുന്നുമില്ല. ഡ്രൈവർ വണ്ടി സ്റ്റാർട്ട്
ചെയ്തു. ആ സ്ത്രീ കേറി ബ്രഹ്മചാരികൾക്കടുത്ത് ഒതുങ്ങിയിരുന്നു.
സർവ്വത്ര നിശ്ശബ്ദത. വണ്ടി നീങ്ങിത്തുടങ്ങി.

തിരിച്ച് രാംഘട്ടിലെത്തുംവരെ ഒരാളും ഒന്നും മിണ്ടിയില്ല. ഓരോരു ത്തരും വണ്ടിയിൽനിന്നിറങ്ങി പണം കൊടുത്ത് മിണ്ടാതെ പിരിഞ്ഞു പോയി. മൂന്ന് 'ബ്രഹ്മചാരി'കളും ഒരെതിർപ്പും പ്രകടിപ്പിക്കാതെ പണം കൊടുത്തിറങ്ങി. നൂറു രൂപയുടെ ഒറ്റനോട്ടുകൊടുത്ത് രണ്ടാളുടെ ചാർ ജെടുത്ത് ബാക്കി വെച്ചോളൂ എന്ന് ഞാൻ ഉദാരനായി. എന്തുകൊണ്ടോ ഇതിനകം ഞാനയാളുടെ ആരാധകനായിമാറിയിരുന്നു. എന്നാൽ കൃത്യം ഇരുപത് രൂപ മടക്കി നല്കി അയാൾ ചിരിച്ചു. 'നിങ്ങൾക്കിത് ഒരു ദിവ സത്തെ യാത്ര. എനിക്കിത് എന്നത്തേയും അന്നം. സത്യമുള്ളതേ തിന്നൂ സാർ.'

2

ശലഭങ്ങൾ ചിറകുകൾകൊണ്ട് മാത്രമല്ല പറക്കുന്നത്

പലതവണ കയറിയതാണ്, സ്വാസ്ഥ്യത്തിലേക്ക് കുത്തനേ നീളുന്ന ഈ വഴികൾ. കുട്ടിക്കാലത്തിന്റെ നിഷ്കളങ്ക ഭക്തിയോടെ അച്ഛന്റെ കൈ പിടിച്ച് ആദ്യമായി മല കയറുമ്പോൾ വിദ്യാദേവിയുടെ അനുഗ്രഹമെന്ന മോഹചിന്തയായിരുന്നു ഒരേയൊരു പ്രാർത്ഥന. പരീക്ഷാ ചോദ്യങ്ങളുടെ ഉത്തരങ്ങൾ ഇടതടവില്ലാതെ വിരിഞ്ഞു നില്ക്കുന്ന ഉദ്യാനമായിരുന്നു അന്നീ മലയടിവാരം. അവിശ്വാസിയുടെ അഹംഭാരം ഉന്മത്തമാക്കിയ ചുവടുകളുമായി പ്രീഡിഗ്രിക്കാലത്തായിരുന്നു പിന്നത്തെ മലകയറ്റം. അരാജകത്വത്തിന്റെ അപൂർവ്വ വിതാനങ്ങളിലേക്ക് നിഗൂഢമായി പടരു ന്ന അസംഖ്യ വഴികളായിരുന്നു അന്നത്തെ മലനിരകൾ. 'കാത്തിരുന്ന കസ്തൂരി മാമ്പഴം കാക്ക കൊത്തി പോയതോടെ' ശൂന്യമായി തോന്നി യ ലോകത്തിൽനിന്ന് ഇറങ്ങിയോടിയത് ഈ മല മുകളിലേക്കാണ്. ന ഷ്ടപ്പെട്ട നന്മകൾ നൂറ്റൊന്നാവർത്തിച്ച പുണ്യമാക്കി ജീവിതത്തിലേക്ക വൾ തിരിച്ചുകൊണ്ടുവന്നപ്പോൾ നന്ദിപൂർവ്വം ശിരസ്സുനമിക്കാൻ തോ ന്നിയതും പ്രൗഢിയുടെ ഈ ഗിരി ശൃംഗത്തിന് മുന്നിൽ. ഓരോ തവണ യും ഉള്ളിലെ വികാരങ്ങൾക്കും വിചാരങ്ങൾക്കും വിടർന്നുല്ലസിക്കാൻ പാകത്തിൽ മാസ്മരിക വിശാലതയായി കുടജാദ്രിയുടെ സൗന്ദര്യ ഭൂമി ക എന്നെ വശീകരിച്ചുകൊണ്ടിരുന്നു.

കാരണമൊന്നുമില്ലാത്ത ഒരൊറ്റപ്പെടലിനെ ഓമനിച്ചുകൊണ്ടായി രുന്നു ഇത്തവണത്തെ യാത്ര. ഷിമോഗ റോഡിൽ നാഗോഡയിൽനിന്നുള്ള ആദ്യകാല കാൽനടയാത്രകളുടെ സാഹസികമായ ഓർമ്മകൾ ത്രസി പ്പിച്ചെങ്കിലും ഇക്കുറി ജീപ്പിലാകാം എന്ന് കരുതി. കൊല്ലൂരിൽനിന്ന് ഏതാണ്ട് നാല്പതു കി മീ ദൂരമുള്ള കൊല്ലൂർ – കുടജാദ്രി റോഡിൽ അറ്റകുറ്റപ്പണികൾ നടക്കുന്നതിനാൽ ജീപ്പുകൾ നൂറ്റിപ്പതിമൂന്ന് കിലോ

മീറ്റർ വളഞ്ഞുചുറ്റിയാണ് പോവുന്നത്. സാധാരണ ഒന്നര മണിക്കൂർ എടുക്കുന്ന യാത്രയ്ക്ക് ഇപ്പോൾ മൂന്നര മണിക്കൂർ വേണം. കുടജാദ്രി മുകളിലെത്തിച്ച് രണ്ട് മണിക്കൂറിന് ശേഷം തിരിച്ച് കൊല്ലൂരിലെത്തിക്കുന്ന ഫോർവീൽ ജീപ്പ് ട്രിപ്പിന് 400 രൂപയാണ് ഒരാൾക്ക് ചാർജ്. മൊത്തം ഏതാണ്ട് ഒൻപത് മണിക്കൂറെടുക്കും. അപ്രതീക്ഷിതമായ ദിശാമാറ്റം സൃഷ്ടിച്ച സമയക്കൂടുതൽ കാരണമാവാം ജീപ്പിൽ ആളുകളധികമില്ല. എട്ടുപേർ തികഞ്ഞാൽ മാത്രമേ ജീപ്പ് പുറപ്പെടൂ, രാവിലെ ആറുമണിക്ക് ജീപ്പിൽ കയറി ഇരുന്നതാണ്. ഏഴുമണിയായപ്പോഴാണ് രണ്ട് സന്ന്യാസികൾ കൂട്ടിനെത്തിയത്.

ഭക്തരുടെ ലക്ഷ്യങ്ങൾ കൊല്ലൂർ മൂകാംബിക ക്ഷേത്രം വരെയേ സാധാരണ നീളാറുള്ളൂ. സരസ്വതി മണ്ഡപത്തിലെ ഹരിശ്രീ കുറിക്കലും ആർജ്ജിത ജ്ഞാനത്തിന്റെ അരങ്ങേറ്റം നടത്തലും ചില്ലറ വഴിപാടുകളുമായാൽ തന്നെ അവർക്ക് സമാധാനമായി. ചിലർ ഒരു കിലോമീറ്ററോളം നടന്ന് സൗപർണ്ണികയുടെ വരണ്ട ചാലുകളിൽ തൊട്ട് നനച്ച് ഉള്ളം കുളിർപ്പിക്കും. പ്രശ്നങ്ങൾക്കെല്ലാം അപ്പോഴേക്കും ഒരു പരിഹാരമാകും! അല്ലെങ്കിലും വിശ്വാസികൾക്ക് പരിഹാരം എളുപ്പമാണല്ലോ. അവിശ്വാസികളുടെയും അന്ധവിശ്വാസികളുടെയും കാര്യമാണ് കഷ്ടം. അവരുടെ ലക്ഷ്യങ്ങൾ അടുക്കുന്തോറും അകന്നുകൊണ്ടിരിക്കും. നിരന്തരമായ അലച്ചിലുകളിൽ ഉലഞ്ഞും വലഞ്ഞും ഒരിക്കലുമെത്താത്ത ലക്ഷ്യങ്ങളിലേക്ക് അന്വേഷണത്തിന്റെ നൗകകൾ പായിക്കും. ഇവിടെയും അങ്ങനെത്തന്നെയാണ്. കൊടും ഭക്തരോ 'വിഭക്തരോ' ഒക്കെയായ കുതുകികളുടെ ചെറുന്യൂനപക്ഷമാണ് ശങ്കരാചാര്യർ ധ്യാനമിരുന്നതെന്ന് കരുതപ്പെടുന്ന കുടജാദ്രിയുടെ ഹരിതശൃംഗത്തിലേക്ക് പലപ്പോഴുമെത്തുന്നത്.

രാത്രി കുടജാദ്രിയിൽ തങ്ങി പിറ്റേന്ന് പകൽ മടങ്ങുക എന്നതായിരുന്നു ഉള്ളിലിരുപ്പ്. പൂജാരിമാരായ അധിഗമാരുടെ രണ്ട് വീടുകളും താഴെ ഒരു ഐ ബി യുമുണ്ട് താമസിക്കാൻ. പക്ഷേ, കണിശക്കാരനായ ഡ്രൈവർ പഴയ കാലത്തെ സഹകരണമില്ല. നാളെയാണ് തിരിച്ചിറങ്ങുന്നതെങ്കിൽ നാനൂറും കൂടെച്ചേർത്ത് എണ്ണൂറു രൂപവേണം. മറ്റ് വഴികളില്ല. മുകളിൽ ശങ്കരപീഠത്തിലോ ഗണേശ ഗുഹയിലോ ചിത്രമൂലയിലെ കൽത്തൂണുപ്പിലോ ഒറ്റയ്ക്കിരിക്കണമെങ്കിൽ ഇവർക്ക് തലവെക്കുക തന്നെ വേണം. ശരി.

'രാത്രി അവിടെ എന്ത് കാണാൻ? പോവുക. മൂലസ്ഥാനത്ത് തൊഴുത്, വഴിപാടുകൾ നടത്തിപോരുക. ഇതല്ലേ വേണ്ടൂ' ജീപ്പിൽ അപ്പോഴേക്കും ഇരിപ്പിടമുറപ്പിച്ച കണ്ണൂർക്കാരായ ദമ്പതികൾക്ക് ചെയ്യേണ്ട കാര്യങ്ങളെക്കുറിച്ച് നല്ല തീർച്ചയുണ്ടായിരുന്നു. വീരപ്പന്റെ സത്യമംഗലത്ത് നിന്നുള്ള തമിഴ് യുവാവും കൊച്ചിക്കാരനായ ഗൾഫ് മലയാളിയും അത് ശരിവെച്ചു. എന്റെ അറിവില്ലായ്മയെക്കുറിച്ചോർത്ത് സഹതാപത്തോടെ അവരെന്നെ നോക്കി. സമുദ്രനിരപ്പിൽനിന്നും 1350 മീറ്റ

റോളം ഉയരത്തിൽ കിടക്കുന്ന വെസ്റ്റേൺ ഘാട്ടിലെ കുടജാദ്രി നാച്ചു
റൽ ഹെറിറ്റേജ് സൈറ്റിലെ രാത്രിഭംഗികളെക്കുറിച്ചുള്ള ക്ലാവു പിടിക്കാ
ത്ത ഓർമ്മകൾ എന്നെ കൂടുതൽ മൗനിയാക്കി. നിലാവ് വീണു പരന്ന
മലനിരകളുടെ വിദൂരവും സമീപസ്ഥവുമായ ദൃശ്യവിസ്മയങ്ങൾ. ചി
ത്രമൂലയിലേക്ക് ഇറങ്ങുന്നതിനുമുമ്പ് കാണുമാറാവുന്ന താഴെ വീണു
കിടക്കുന്ന നക്ഷത്ര ഖചിതമായ ആകാശത്തിന്റെ കീറ്, പ്രഭാതത്തെ
കെട്ടിവരിഞ്ഞ കോടയുടെ കഠിന സ്നേഹത്തെ അല്പാല്പമലിയിച്ചെ
ത്തുന്ന അരുണോദയം...

ഒന്നിനെക്കുറിച്ചും പക്ഷേ, ഞാനവനോട് പറഞ്ഞില്ല.

എട്ടുമണിയായിട്ടും ജീപ്പിൽ ഞങ്ങൾ ഏഴുപേര ആയിട്ടുള്ളൂ. കാത്തി
രിപ്പ് ഏറക്കുറെ അസഹ്യമാവാൻ തുടങ്ങിയിരുന്നു. ഒരാളുടെ പണം ബാ
ക്കിയുള്ളവർ വീതം വെച്ച് വണ്ടി പുറപ്പെട്ടാലോ എന്നാലോചിച്ചിരിക്കു
മ്പോഴാണ് ഓടിക്കിതച്ച് ഒരു യുവതി എത്തുന്നത്.

"കുട്ടി ഒറ്റയ്ക്കാണോ?" ഒടുവിലെത്തിയ യുവതിയോട് കുശലാന്വേ
ഷണം തുടങ്ങി കണ്ണൂർക്കാരി വീട്ടമ്മയാണ് ജീപ്പിലെ മൗനത്തിന് കത്തി
വെച്ചത്. 'അതെ'. 'ഒറ്റയ്ക്കോ?' അതൊരു കൂട്ട അത്ഭുതമായിരുന്നു.
നാട്ടിൽ എവിടെയാ? എന്താ ഒറ്റയ്ക്കായത്? കല്യാണം കഴിഞ്ഞതാണോ?
എന്താ കഴിക്കാത്തത്? കാലം മോശമാണ്, സൂക്ഷിക്കണം... ഫോർവീൽ
ജീപ്പിന്റെ കാതടപ്പിക്കുന്ന മുരൾച്ചയെ അപ്രസക്തമാക്കി ജീപ്പിൽ സം
സാരലോകം നിറഞ്ഞുവിങ്ങി. ഇറ്റാലിയൻ നാവികരും സൂര്യനെല്ലിയും
കടന്ന് കേരള പൊതുവിജ്ഞാനവും നിറഞ്ഞ് ജീപ്പ് കിതയ്ക്കാൻതുടങ്ങി.
കന്നട സന്ന്യാസിമാർ കൗതുകത്തോടെ നോക്കിക്കൊണ്ടേയിരുന്നു. ത
മിഴൻ തനിക്കാവും വിധം ഇടയ്ക്കിടെ 'ആമാ', 'അപ്പടിയാ' എന്നിങ്ങ
നെ അകമ്പടിക്കാരനായി.

ജീപ്പ് കിഴ്ക്കാം തൂക്കായ മലമുകളിലേക്ക് വളഞ്ഞുപുളഞ്ഞ് കയ
റാൻ തുടങ്ങിയിരുന്നു. ഇരുവശങ്ങളിലും മൂകാംബിക ബയോ നാച്ച
റൽ വനത്തിന്റെ പച്ചപ്പ് തല ഉയർത്തിനിന്നു. ആകാശവും ഭൂമിയും ഒളി
ച്ചുകളിക്കുമ്പോലെ വന്നും പോയുംകൊണ്ടിരുന്നു. പേരറിയാത്ത പല
തരം കിളിനാദങ്ങൾ അവ്യക്തമായി അന്തരീക്ഷത്തിലലിഞ്ഞു. അപ്പോഴും
ജീപ്പിലെ മലയാളിക്കൂട്ടം ജഗതി ശ്രീകുമാറിന്റെ രോഗക്കിടക്കയിലായി
രുന്നു. എല്ലാ ഔചിത്യങ്ങളും മാറ്റിവെച്ച് പച്ച മലയാളത്തിൽ നിർത്താ
നാവശ്യപ്പെടുംവരെ അവർ ചിലച്ചുകൊണ്ടിരുന്നു. എനിക്ക് പി രാമനെ
ഓർമ്മ വന്നു. (കാട്ടിലെത്തുമ്പോൾ നിശ്ശബ്ദനാവുന്ന/ കൂട്ടുകാരനൊപ്പമേ
ഞാൻ വരൂ/ നിനക്കൊപ്പം വരില്ല)

ജീപ്പിന്റെ ഇരമ്പം മാത്രം. മൗനം അതിന്റെ വാചാലതകളിലേക്ക്
വളരാൻ തുടങ്ങിയിരുന്നു. ചർച്ചയും നാട്ടു വിശേഷങ്ങളുമൊഴിഞ്ഞ് യാത്രി
കർ പുറംകാഴ്ചകളിലേക്ക് ഉണർന്നു തുടങ്ങിയതോടെ അവരെല്ലാം അ
തിശയകരമായ സിദ്ധി വിശേഷങ്ങളുള്ളവരായതുപോലെ. എത്ര തീവ്ര
മായാണോ അവർ സംഭാഷണം ചെയ്തിരുന്നത്, അത്രയ്ക്ക് തന്നെ

 ഏകാകികളുടെ ആൾക്കൂട്ടം
ഒ പി സുരേഷ്

തീവ്രമായി അവരിപ്പോൾ മൗനം പാലിക്കുന്നു. തണുത്ത കാറ്റ് പൊടിപ
ടലങ്ങൾക്കൊപ്പം അകത്തേക്കടിച്ചുകൊണ്ടിരുന്നു.

മൂകാംബിക ദേവിയുടെ മൂലസ്ഥാനമെന്ന് വിശ്വാസികൾ കരുതുന്ന
ചെറിയ കോവിലിന് സമീപം ജീപ്പുനിന്നു. ഇനി രണ്ടുമണിക്കൂർ സമയ
ത്തിനകം കാഴ്ചകൾ കണ്ട് കാര്യങ്ങൾ കഴിച്ച് മടങ്ങണം. എനിക്ക് തിര
ക്കുകളില്ല. പിറ്റേന്ന് പോയാൽ മതിയെന്ന് അതിനകം തീരുമാനിച്ചിരു
ന്നു. യാത്രാ സംഘത്തെ സ്വീകരിക്കുവാൻ കോവിലിലെ പൂജാരിയായ
അധിഗയെത്തി. ഇതാണ് യഥാർത്ഥ മൂലസ്ഥാനം. തൊഴാം, വഴിപാടു
കൾ നേരാം. ഇപ്പോൾ പണം തന്ന് വഴിപാടുകൾ ബുക്ക് ചെയ്യുക. എന്നിട്ട്
ശങ്കരപീഠവും മറ്റും കണ്ട് തിരിച്ചിറങ്ങുമ്പോൾ പ്രസാദം വാങ്ങാം! അയാൾ
സംഘത്തോടൊന്നാകെ പറഞ്ഞു. കോവിലിനകത്തേക്ക് ഓരോരുത്ത
രായി തിക്കി തിരക്കാൻ തുടങ്ങി. എനിക്ക് കഠിനമായ ഏകാന്തത തോ
ന്നിത്തുടങ്ങിയിരുന്നു. സംഘത്തിൽനിന്ന് തെന്നിമാറി ഒറ്റയ്ക്കായപ്പോൾ
ആകാശം കൂടുതൽ പ്രകാശമാനമായി. താഴെ, നോക്കെത്താ ദൂരത്ത്
ശൂന്യത ആഴങ്ങളുടെ അഴകുമായി നൃത്തച്ചുവടുകൾ വെച്ചു.

മോളിലേക്ക് വരുന്നില്ലേ എന്ന് സംഘത്തിലെ യുവാവ് വന്നു വിളിച്ചു.
പോയേക്കാം. ജീപ്പിലെ സംസാരം അവസാനിപ്പിച്ചതിൽപ്പിന്നെ ഇവ
രെല്ലാം ഏറെ വിനയാന്വിതരാണ്. വ്യത്യസ്തരായ മനുഷ്യരോടൊത്ത്
വ്യത്യസ്തമായ പ്രശ്നങ്ങൾ കേട്ടുമാവട്ടെ ഇത്തവണത്തെ കുടജാദ്രി
വന്ദനം.

ആദ്യത്തെ കോവിൽ കഴിഞ്ഞ് മുകളിലേക്ക് കയറുമ്പോൾ മറ്റൊരു
കോവിൽ. മൂകാസുരനെ വധിച്ച് മൂകാംബികയായി മാറിയ ദേവിയുടെ
യഥാർത്ഥ മൂലസ്ഥാനം ആ കോവിലിലാണെന്ന് അവിടത്തെ പൂജാരി.
അവിടെയുമുണ്ട് വഴിപാടുകളും പൂജാവിധികളും. ദേവിയെ പ്രാർത്ഥിച്ച്
സേവിച്ച് വശത്താക്കി സ്വന്തം നാട്ടിലേക്ക് കൊണ്ടുവരാൻ ശ്രമിച്ച ശങ്ക
രാചാര്യരുടെ കഥ അയാൾ യാന്ത്രികമായി പറഞ്ഞുകൊണ്ടിരുന്നു. ശങ്കര
സ്തുതിയിൽ അലിഞ്ഞ ദേവി താൻ പിന്നിൽ വരാം പക്ഷേ, തിരിഞ്ഞു
നോക്കരുതെന്ന് ശങ്കരനോട് ഉറപ്പുവാങ്ങി. തിരിഞ്ഞു നോക്കിയാൽ താൻ
അവിടെ യാത്ര നിർത്തും. പിന്നെ കൂടെ വരില്ല. ശങ്കരൻ സമ്മതിച്ചു.
ശങ്കരൻ മുന്നിലും ദേവി പിന്നിലുമായി മലയിറങ്ങി നടക്കാൻ തുടങ്ങി.
പിന്നിലെ ചിലമ്പൊലി കേട്ട് ദേവിയുടെ സാന്നിദ്ധ്യം ഉറപ്പിച്ച് ശങ്കരൻ
തിരിഞ്ഞു നോക്കാതെ മലയിറങ്ങി നടന്നു. കുറെദൂരം എത്തിയപ്പോൾ
ശങ്കരനെ പരീക്ഷിക്കാനായി ദേവി ചിലമ്പിന്റെ ശബ്ദം ഒളിപ്പിച്ചു. ശബ്ദം
കേൾക്കാതെ, വാഗ്ദാനം മറന്ന് ശങ്കരൻ തിരിഞ്ഞുനോക്കി. ഇനി വരി
ല്ലെന്ന് പറഞ്ഞ് ദേവി അവിടെയിരുന്നു. അങ്ങനെ കൊല്ലൂരിലെ മൂകാം
ബിക ക്ഷേത്രമുണ്ടായി.

അച്ഛൻ പറഞ്ഞ് പലതവണ കേട്ട് കോൾമയിർകൊണ്ട പഴങ്കഥ,
യാതൊരു വികാരവുമില്ലാതെ ആ കൊങ്കിണിക്കാരൻ സാരസ്വത ബ്രാഹ്മ
ണൻ മുറിമലയാളത്തിൽ പറഞ്ഞുകൊണ്ടിരുന്നു. കഥ തീർന്നതും അതീ

വമായ ഉത്തരവാദിത്വ ബോധത്തോടെയും ഗൗരവത്തോടെയും അയാൾ വഴിപാടു ലിസ്റ്റിലേക്ക് പ്രവേശിച്ചു. ഓരോരുത്തരും പാന്റിന്റെ പോക്ക റ്റിൽനിന്ന് പേഴ്സുമെടുത്ത് ദേവീ വിഗ്രഹത്തിനടുത്തേക്ക് നീങ്ങാൻ തുടങ്ങി. ഞാൻ പതുക്കെ പിറകോട്ടടിച്ചു.

താഴെയും മുകളിലുമുള്ള കോവിലകങ്ങളുടെ നടത്തിപ്പ് രണ്ട് അ ഡിഗ കുടുംബങ്ങൾക്കാണ്. തങ്ങളുടേതാണ് യഥാർത്ഥ ദേവി എന്ന അവ കാശ വാദവുമായി ഭക്തരെ അടുപ്പിക്കുകയാണ് രണ്ടുകൂട്ടരും. മുകാസു രനെ വധിച്ച 'ഇരുമ്പുശൂല'മടക്കം പ്രദർശിപ്പിച്ചാണ് വിശ്വാസമാർജിക്കു ന്നത്. മുമ്പൊന്നും താഴെ മേലെ തർക്കം ഇങ്ങനെ പ്രകടമായി അനുഭ വപ്പെട്ടിട്ടില്ല. രാവിലെയും വൈകിട്ടുമുള്ള ലളിതമായ പൂജകളോടെ അ ടയ്ക്കുന്ന കോവിലുകൾ. ഇന്നിപ്പോൾ, ഇന്നതെന്നില്ല പൂജാസമയം. 'തീർത്ഥാടകരു'മായെത്തുന്ന ജീപ്പുകളാണ് അത് തീരുമാനിക്കുന്നത്. ഒരു ജീപ്പെത്തിയാൽ ഉടൻ കോവിൽ തുറന്ന് പ്രവർത്തിക്കുകയായി.

വഴിപാടുകളുടെ ലിസ്റ്റെല്ലാം കൊടുത്ത് സംഘാംഗങ്ങൾ ഓരോരു ത്തരായി ഇറങ്ങിയിരുന്നു. ഇനി മുകളിലേക്ക് കയറ്റമാണ്. ശങ്കരപീഠവും ഗണേശഗുഹയും ചിത്രമൂലയുമുണ്ട് കാണാനും വണങ്ങുവാനും. അതി നപ്പുറം വിവരിക്കാനാവാത്ത കാറ്റിന്റെയും കാഴ്ചകളുടെയും അനുഭൂ തിയുണ്ട് അറിയാനും അനുഭവിക്കാനും.

കുന്നിത്തിരി കയറിയതും കണ്ണൂർക്കാരി വീട്ടമ്മ ക്ഷീണിച്ചു കിതച്ച് ഒരു മരത്തണലിലിരുപ്പായി. സന്ന്യാസിമാർ രണ്ടുപേരും തങ്ങൾ മറ്റാരോ ആണെന്ന ഭാവത്തിൽ വേറിട്ട് നടന്നു. ഗൾഫുകാരൻ ചെങ്ങന്നൂർക്കാരി യുവതിയുമായി ചങ്ങാത്തത്തിൽ നടക്കാൻ കിണഞ്ഞു ശ്രമിച്ചുകൊണ്ടി രുന്നു. അവരാണെങ്കിൽ ഒന്നിനെയും ഗൗനിക്കാതെ നിസ്സംഗയായി നട ന്നുകൊണ്ടിരുന്നു. തമിഴൻ ചെരിപ്പുകളില്ലാതെ ശരംവിട്ടപോലെ മുന്നിൽ ഓടിപ്പോയിരുന്നു. ഏറ്റവും പുറകിൽ ഏറെ സാവധാനം നടന്നിരുന്ന ഞാനപ്പോൾ മുമ്പൊരു യാത്രയിൽ ഇതേ സ്ഥലത്തുവെച്ച് കണ്ടുമുട്ടിയ നടൻ വിനീത്കുമാറിനെയും ശിവകുമാർ കാങ്കുലിനെയും ഓർത്തു. മുക ളിൽനിന്ന് താഴേക്കും വശങ്ങളിലേക്കും നോക്കുമ്പോൾ പ്രത്യക്ഷമാകുന്ന അപാരതയുടെ സൗന്ദര്യത്തെക്കുറിച്ചും അതൊപ്പിയെടുക്കാനുള്ള കണ്ണിലെ ലെൻസിന്റെ അത്ഭുതശേഷിയെക്കുറിച്ചുമെല്ലാം തിളക്കമുള്ള കണ്ണുകളോടെ വിനീത്കുമാർ അന്ന് വാചാലനായിരുന്നു. ഏഴാം ശത കത്തിൽ കേരളത്തിൽനിന്നും അത്രയും ദൂരം സഞ്ചരിച്ചെത്തിയ ശങ്കരാ ചാര്യരുടെ സാഹസികമായ ജ്ഞാന തൃഷ്ണയെക്കുറിച്ച് അത്ഭുതം കൂ റിയിരുന്നു.

സിനിമാക്കാരാണ് കുടജാദ്രി സന്ദർശകരിൽ മറ്റൊരു പ്രധാന വിഭാഗം. കഥയെഴുതുന്നവരും പാട്ടെഴുതുന്നവരും മാത്രമല്ല സിനിമയുടെ വിവിധ മേഖലകളിൽ പ്രവർത്തിക്കുന്നവരും അനുഗ്രഹ വർഷങ്ങൾ ക്കായി അനുഷ്ഠാനമെന്നോണം കുടജാദ്രിയിലെത്താറുണ്ട്. സൃഷ്ടിപര മായ സപര്യക്ക് മുമ്പ് കുടജാദ്രിയുടെ സർഗ്ഗാത്മക സാമീപ്യം അനുഗ്ര

ഹമായി കരുതുന്നു പലരും. തിരക്കഥാകൃത്തും ചങ്ങാതിയുമായ ടി എ ഷാഹിദിന് പക്ഷേ, കുടജാദ്രി അവസാനമെത്തിയ അനുഭവമായിരുന്നു. മരിക്കുന്നതിനുതൊട്ടുമുമ്പ് അവൻ ചെയ്ത ജോലികളിലൊന്ന് കുടജാ ദ്രിയെക്കുറിച്ചുള്ള ഒരു സംഗീത ആൽബമായിരുന്നു.

'അങ്കെ ഒന്നുമില്ലെ, തിരുമ്പി പോകറേൻ' എന്ന തമിഴ് യുവാവിന്റെ ആഹ്വാനം ഓർമ്മകളെ മുറിച്ചു. ചുമ്മാ തരിശ്. ഒന്നുമില്ല. താഴെ കോവി ലിൽപോയി വഴിപാടിന്റെ പ്രസാദം വാങ്ങണം, അയാൾ പറഞ്ഞു. മുക ളിൽ ശങ്കരപീഠമുണ്ട്, ചിത്രമൂലയുണ്ട് എന്നെല്ലാം പറഞ്ഞ് ഞാനയാളെ ക്ഷണിച്ചു. ഒന്നുമില്ല സാർ എല്ലാമേ കൂപ്പിടാച്ച്. കാലിൽ ചെരിപ്പില്ലാതെ കൂർത്ത കല്ലുകൾക്കിടയിലൂടെ അതിവേഗം നടക്കുന്ന അയാൾ ഒരു കർ ഷകനായിരിക്കണം. 'ചുമ്മാ വാ എനിക്കൊരു കൂട്ട്.'

'കീഴെ പ്രസാദം വാങ്ങണം.'

നടത്തത്തിനിടയിൽ അയാൾ അക്ഷമനായിക്കൊണ്ടിരുന്നു.

'അതവിടെയുണ്ടാകും. എന്തു വഴിപാടാണ് കഴിച്ചത്?' ഞാൻ വെറുതേ ചോദിച്ചു.

'ശത്രുസംഹാര പൂജ'

അല്ലാഹുവേ! ഞാൻ നടുങ്ങിപ്പോയി.

ഇവിടെയും ശത്രുസംഹാര പൂജയോ?

'നിങ്ങൾക്ക് വട്ടുണ്ടോ? ഇതൊക്കെ ഫലം ചെയ്യുമെന്ന് കരുതുന്നത് വിഡ്ഢിത്തമല്ലേ?'

'കണ്ടിപ്പാ ഫലിക്കും സാർ. മൂകാസുരനെ വധിച്ച ദേവിതാൻ.' അയാൾ കൈകൂപ്പി.

'ആരാ ഇത്ര വലിയ ശത്രു?'

'ആന്റണി. അവൻ പെരിയ ശത്രു.'

നാട്ടിലുണ്ടായ കൃഷി തർക്കവും ആന്റണിയുമായുണ്ടായ അടിപി ടിയും മറ്റും അവൻ വിവരിച്ചുകൊണ്ടിരുന്നു. ദേവി അവനെ ചാമ്പലാ ക്കുമെന്നു പ്രത്യാശയോടെ പുഞ്ചിരിച്ചു.

'ആന്റണിക്ക് ഭാര്യയും മക്കളുമൊക്കെയില്ലേ?' ഞാൻ ചോദിച്ചു.

'പൊണ്ടാട്ടി, കൊളന്തൈകൾ, അമ്മ, അപ്പ എല്ലാവരും ഇരിക്കിറേൻ, ശത്രു ആന്റണി താൻ.' പൂജ ആന്റണിക്കെതിരെയാണ്. സംസാരിച്ചു വന്നപ്പോൾ ആ പൂജയ്ക്കുവേണ്ടി മാത്രമാണ് ഇവിടെ വന്നത് എന്ന നി ലയിലായി അയാൾ. അപ്പോഴേക്കും ഞങ്ങൾ നടന്ന് സർവ്വജ്ഞപീഠത്തി നടുത്തെത്തിയിരുന്നു. അയാൾ അവിടെ കയറി ചമ്രം പടിഞ്ഞിരുന്ന് കൈ കൂപ്പി പ്രാർത്ഥിച്ചു. ആന്റണിയെ വകവരുത്തുന്നതിനപ്പുറം മറ്റൊന്നുമാ വില്ല ആ പ്രാർത്ഥനയെന്ന് എനിക്കുറപ്പുണ്ടായിരുന്നു.

'ബ്രഹ്മസത്യം ജഗദ് മിഥ്യ' എന്നോതിയ ശങ്കരനെ അദ്വൈത ദർശ നത്തിന്റെ പൊരുളിലേക്കുണർത്തിയ ഇടമാണത്രേ സർവ്വജ്ഞപീഠം. ദേവീ ഭക്തിയിൽ ലയിച്ച് 'സൗന്ദര്യലഹരി'യിലൂടെ മാസ്മരികമായ കാവ്യ പ്രപഞ്ചം സൃഷ്ടിച്ച ഒരാചാര്യന്റെ സ്മാരകമന്ദിരത്തിലിരുന്ന് തമിഴ് നാട്ടിലെ

പ്രാരാബ്ധക്കാരനായ ഒരു പാവം കർഷകന്റെ ജീവനെടുക്കാനുള്ള പ്രാർ
ത്ഥനയോർത്ത് സങ്കടംവന്നു.

അന്തരീക്ഷം വല്ലാതെ മൂടിക്കെട്ടിയപോലെ തോന്നി. കാറ്റ് നിലച്ച
പ്രകൃതി നിശ്ചലതയുടെ നിഴൽരൂപമായി. ജീവിച്ച് മതിയാകാതെ മരിച്ച
വരുടെ സഫലമാകാത്ത മോഹങ്ങൾ ഇരുൾച്ചിറകുകളുമായി പറന്നു
വരും പോലെ ആഴങ്ങളിൽനിന്ന് ദുർബ്ബലവും അവ്യക്തവുമായ ചില
ഒച്ചയനക്കങ്ങൾ. പ്രസന്നതയുടെ അടയാളങ്ങൾ മാഞ്ഞ് പ്രകൃതി വിഷ
ണ്ണയായി. പ്രാർത്ഥനയ്ക്കുശേഷം ശങ്കരപീഠത്തിൽനിന്നിറങ്ങി അയാൾ
പറഞ്ഞു.

'കീഴെ പോകാം. പ്രസാദം വാങ്ങണം.'

മറ്റുള്ളവരും ഇതിനകം ക്ഷീണിച്ചിരുന്നു. ചിത്രമൂല പിന്നൊരിക്ക
ലാവാമെന്ന് അവരെല്ലാം പെട്ടെന്ന് ധാരണയിലെത്തി. എനിക്കുമെന്തോ
മടുപ്പുതോന്നിതുടങ്ങി. എല്ലാവരും തിരിച്ചിറക്കമായി.

താഴെ കോവിലിൽ കുങ്കുമ നിറത്തിലുള്ള പട്ടുചുറ്റി പ്രസാദവുമാ
യി പൂജാരി കാത്തിരിക്കുന്നുണ്ടായിരുന്നു. ഓരോരുത്തർക്കുമായി അയാൾ
വഴിപാടുകളുടെ പ്രസാദം നല്കി. ശത്രുസംഹാരപൂജയുടെ പ്രസാദം
വാങ്ങി തമിഴ് യുവാവ് സാഷ്ടാംഗം വീണ് പ്രണമിച്ചു. പൂജാരി കണ്ണടച്ച്
അയാളെ അനുഗ്രഹിച്ചു.

'ഇയാളുടെ പൂജ ഫലിക്കുമോ?' ഇറങ്ങാൻ നേരം ഞാൻ പൂജാരി
യോടു ചോദിച്ചു.

'എന്താ സംശയം. വലിയ ശക്തിയുള്ള ദേവിയാണ്. മൂലസ്ഥാന
ത്തിരുന്ന് വിളിച്ച് പൂജ നടത്തിയാൽ ഏഴ് ദിവസത്തിനുള്ളിൽ ഫലം
കാണും. എന്താ നിങ്ങൾക്കെന്തെങ്കിലും പൂജയുണ്ടോ?'

ഏയ് ഒന്നും വേണ്ട. ഞാൻ അയാളുടെ കണ്ണുകളിലേക്ക് നോക്കി.
കോടിപുതച്ച് കിടക്കുന്ന ഒരു ദരിദ്ര കർഷകന്റെ ശവകുടീരത്തിന് ചുറ്റു
മിരുന്ന് വിങ്ങിപ്പൊട്ടുന്ന ഭാര്യയുടെയും കുട്ടികളുടെയും ദീനചിത്രം എന്നെ
വിമ്മിട്ടപ്പെടുത്തി. പൂജ നടത്തിയാലൊന്നും ആളു ചാവില്ലെന്ന് എന്നിലെ
ഭൗതികവാദി തിരുത്തിക്കൊണ്ടിരുന്നെങ്കിലും എന്റെ ആശങ്കകൾക്ക് അ
റുതിയായില്ല.

ഇയാളുടെ ശത്രുവായ ആന്റണിയെ ഈ പൂജാരിക്ക് പരിചയ
മുണ്ടോ? അയാൾക്ക് ഭാര്യയും കുട്ടികളും അമ്മയും അപ്പനുമുള്ള വിവ
രമറിയുമോ? ഇയാളും ആന്റണിയും തമ്മിലുള്ള ശത്രുതയുടെ കാരണ
മറിയുമോ? അതിൽ ആരുടെ ഭാഗത്താണ് ന്യായം എന്നറിയുമോ? ഒന്നും
ചോദിച്ചറിയാതെ രൂപ വാങ്ങി ഒരാളെ കൊല്ലാൻ പൂജ നടത്തുന്നത് ഒരു
തരം ക്വട്ടേഷൻ പണിയല്ലേ? പ്രത്യേകിച്ചും പൂജ നിശ്ചയമായും ഫലിക്കും
എന്ന് വിശ്വസിക്കുന്ന ഒരാൾ അങ്ങനെ ചെയ്യുമ്പോൾ...

ഒന്നും പക്ഷേ, ഞാൻ ചോദിച്ചില്ല. പൂജാരി ഒന്നും പറഞ്ഞുമില്ല.
അയാളെന്നെ തുറിച്ചുനോക്കി പ്രസാദം നീട്ടി. ഞാനത് വാങ്ങിയില്ല. മറ്റു
ള്ളവരും എന്നെ നോക്കി. ഒന്നും മിണ്ടാതെ ഇറങ്ങിവന്ന് ജീപ്പിൽ കയറി.

'അതെന്താ സാർ, ഇന്നിവിടെ തങ്ങുമെന്ന് പറഞ്ഞിട്ട് തിരിച്ചിറങ്ങു കയാണോ?' ഡ്രൈവർ ചോദിച്ചു.

'അതെ. വീട്ടിൽ ഭാര്യയും കുട്ടികളുമുണ്ട്, അച്ഛനുമമ്മയുമുണ്ട്.' അയാളെന്നെ അപരിചിതത്വത്തോടെ നോക്കി.

നരകയറിയ ആകാശത്തിനുകീഴെ കുടജാദ്രിയുടെ അന്തരീക്ഷം ഇരുണ്ടു. അസ്വസ്ഥമായൊരു വരണ്ട കാറ്റ് ഉള്ളിലേക്ക് വീശിയടിച്ചുകൊ ണ്ടിരുന്നു. അകാലത്തിൽ മരിച്ചുപോയവരുടെ നിറം മങ്ങിയ ഓർമ്മകൾ പോലെ തൂങ്ങിക്കിടക്കുന്ന പ്രകൃതിയിലേക്ക് ജീപ്പ് തിരിച്ചിറങ്ങുകയായി. എല്ലാവരും മടക്ക കാഴ്ചകളിലേക്ക് നിശ്ശബ്ദമായി ഉണരാൻ തുടങ്ങി. ഞാൻ സാവധാനം കണ്ണുകളടച്ചു. പാടകെട്ടിയ മനസ്സിൽ അവ്യക്തമാ യൊരോർമ്മ പതുക്കെ തെളിയാൻതുടങ്ങി.

നാലാം ക്ലാസിൽ പഠിക്കുമ്പോൾ കാടാമ്പുഴ ക്ഷേത്രത്തിൽ മുട്ടറു ക്കലിന് അച്ഛന്റെ കൂടെ ക്യൂ നില്ക്കുകയാണ്. മണിക്കൂറുകളൊക്കെ നീളുന്ന നെടുനീളൻ ക്യൂവാണ്. ഇടയ്ക്കിടയ്ക്ക് ആളുകളുടെ പേരും നക്ഷത്രവും വിളിച്ച് പലതരം മുട്ടുകളുടെ പേരുപറഞ്ഞ് തേങ്ങയുടയ്ക്കു ന്നുണ്ട്. കൂട്ടത്തിൽ ഏറ്റവും കൂടുതൽ കേട്ട വാക്ക് ശത്രുസംഹാരമായി രുന്നു. തിരിച്ചുള്ള ബസ് യാത്രയിൽ ഞാനച്ഛനോട് ചോദിച്ചു.

'അച്ഛാ ദേവി ആളെ കൊല്ലുമോ?'

'ഏയ് എല്ലാവരേയും രക്ഷിക്കുകയേയുള്ളൂ.' അച്ഛൻ ചിരിച്ചു.

'പിന്നെന്താ അവിടെ ശത്രുസംഹാരം ശത്രുസംഹാരം എന്നു വിളിച്ചു പറയുന്നത്?' എന്നിലെ ജിജ്ഞാസു നെറ്റി ചുളിച്ചു.

'ശത്രുവിനെയല്ല, ശത്രുതയെയാണ് സംഹരിക്കുന്നത്.' അച്ഛൻ പറഞ്ഞു. 'ശത്രുവിന്റെ ശത്രുതയെ ഇല്ലാതാക്കി നമ്മളുമായി സ്നേഹ ത്തിലാക്കാനാണ് വഴിപാട്. ദേവിയെല്ലാവരേയും സ്നേഹിച്ച് നേരെ യാക്കും.' ഓർമ്മയിലെ ബസിരമ്പം മൂർച്ഛിച്ച് ജീപ്പിന്റെ വൻ മുരൾച്ച യായി. ഞാൻ പതുക്കെ കണ്ണു തുറന്നു. പച്ചപ്പിന്റെ പരിലാളനകളേറ്റ് കുടജാദ്രിയുടെ മലനിരകളതാ നീലയണിഞ്ഞ് ചിരിക്കുന്നു. മാനമത് പ്രതി ബിംബിപ്പിച്ച് കളിക്കുന്നു. സ്വാസ്ഥ്യത്തിന്റെ ഇളം തണുപ്പുമായി ഉർവ്വര മായൊരു കാറ്റുവീശി...

3

ഹോങ്കോങ്: ചില രാത്രി വെളിച്ചങ്ങൾ

അത്രയേറെ വൃത്തിയും വെടിപ്പുമുള്ള റോഡുകൾ മുമ്പൊരിക്കലും ഞാൻ കണ്ടിരുന്നില്ല. ഒരു കടലാസു കഷ്ണമോ കരിയിലയോ ചെളി യുടെ ചെറിയൊരു പാടോ പോലുമില്ലാതെ വിശുദ്ധമായിക്കിടന്ന നെടു നീളൻ രാജപാതകൾ. അബദ്ധത്തിലെങ്ങാനും വീഴുന്ന അഴുക്ക് കാത്ത് നിശ്ചിതമായ അകലങ്ങളിൽ ജാഗരൂകരായിരിക്കുന്ന ശുചിത്വജോലിക്കാർ. അവരെ മിക്കപ്പോഴും നിഷ്ക്രിയരായിത്തന്നെ നിലനിർത്തുന്ന യാത്ര ക്കാരുടെ മാന്യമായ ശുചിത്വ ശീലങ്ങൾ. പൂർണ്ണമായും യന്ത്രവല്ക്കരി ക്കപ്പെട്ട ട്രാഫിക് സംവിധാനത്തിന്റെ നിർദ്ദേശാനുസരണം കൃത്യമായും അനുസരണയോടെയും പെരുമാറുന്ന ജനങ്ങൾ, വാഹനങ്ങൾ.... ഏറെ തിരക്കുപിടിച്ച നഗരച്ചിട്ടകൾക്കിടയിലും ആന്തരികമായ ഒരു താളക്രമം ഹോങ്കോങ് കാഴ്ചകളെ മനോഹരവും ആകർഷകവുമാക്കുന്നു.

ഒന്നു രണ്ട് സിനിമകളിൽ അതിഭാവുകത്വം കലർന്ന സീനുകളുടെ പശ്ചാത്തലമായല്ലാതെ ഹോങ്കോങ്ങിനെ പരിചയമില്ലായിരുന്നു. എങ്കിലും അപരിചിതത്വങ്ങൾ ഏതുമില്ലാതെ ആ നഗരത്തിലൂടെ നടക്കുമ്പോൾ ആദ്യ സന്ദർശനത്തിന്റേതായ യാതൊരു സങ്കോചവും എനിക്കുണ്ടായില്ല, എയർപോർട്ട് മുതൽ എല്ലാം ഏറ്റവും പുതിയ അനുഭവങ്ങളായിരുന്നെ ങ്കിലും.

ചൈനയിൽ നിന്നുള്ള മടക്കയൊത്രയാണ്. മൂന്ന് ദിവസത്തെ ഇട ത്താവളമാണ് ഹോങ്കോങ്. ഏറെക്കാലം ബ്രിട്ടീഷ് കോളനിയായിരുന്ന ചൈനയുടെ ഈ തെക്കൻ പ്രവിശ്യ 1997 ൽ മാത്രമാണ് ചൈനയുടെ അധീനതയിൽ വന്നുചേരുന്നത്. ഒരു രാജ്യം ഇരുഘടന (One Country, Two System) സംവിധാനത്തിൽ പ്രത്യേകമായ അവകാശാധികാരങ്ങ ളോടും ജീവിതരീതികളോടുംകൂടി ചൈനയിൽനിന്നും ഏറെ വേറിട്ടു നില്ക്കുന്ന സ്വത്വമാണ് ഹോങ്കോങ്ങിന്. ജനങ്ങളേറെയും ചൈനീസ്

വംശജരാണെങ്കിലും കുടിയേറിപ്പാർത്ത ഇതര വംശക്കാരും രാജ്യക്കാ രും ഈ വിനോദ വ്യവസായ നഗരത്തിൽ ഏറെയാണ്. അവരിൽ ഇന്ത്യ ക്കാരും കുറവല്ല. പണത്തിന്റെയും പദവിയുടെയും പളപ്പിനപ്പുറം ഒട്ടേ റെ സൗകര്യങ്ങൾ ഹോങ്കോങ് പൗരത്വത്തിലൂടെ ഇവർ ആർജ്ജിക്കു ന്നുണ്ട്. നൂറിലേറെ രാജ്യങ്ങൾ പ്രത്യേക വിസയൊന്നുമില്ലാതെ സന്ദർ ശിക്കാൻ ഹോങ്കോങ് പാസ്പോർട്ടുള്ളവർക്ക് കഴിയും. ചൈനയിൽനി ന്നുള്ള വാണിജ്യ ഇടപാടുകളിലും നിരവധി ആനുകൂല്യങ്ങൾ ഹോങ്കോ ങ് പൗരത്വമുള്ളവർക്കുണ്ട്. പക്ഷേ, പൗരത്വം ലഭിക്കുക എന്നത് ഇപ്പോൾ ഏറെ കടമ്പകൾക്കുശേഷം മാത്രമേ സാദ്ധ്യമാവൂ.

മംഗലാപുരത്തിനടുത്ത് ഭട്കൽ സ്വദേശി ഹുസൈനാർ മുഹമ്മദ് എന്ന നാല്പത്താറുകാരൻ ഇക്കൂട്ടത്തിൽപ്പെട്ടയാളാണ്. കുട്ടിക്കാലം മുതൽ അതിസാഹസികമായ വഴികളിലൂടെ വഴികാട്ടികളില്ലാതെ നടന്ന് ഒടുവിൽ ഹോങ്കോങ്ങിൽ നങ്കൂരമിട്ടിരിക്കുകയാണ് ഹുസൈനാർ. ഒൻപതാം വയസ്സിൽ സ്കൂൾ വിട്ട്, ബോംബെയിലേക്ക് തീവണ്ടി കയറി യ ബാല്യം. ബോംബെ തെരുവുകളിലെ അരക്ഷിതമായ ജീവിതാവസ്ഥ കളോടേറ്റുമുട്ടി മൂർച്ചപ്പെടുത്തിയ ജീവിതം, പിന്നീട് അറബ് നാടുകളിൽ തളിർക്കാൻ തുടങ്ങി. വിശിഷ്ടമായ കൈപ്പുണ്യത്തിലൂടെ അറേബ്യൻ കൊട്ടാരങ്ങളിലെ അടുക്കളയുടെ അധിപനായി മാറിയ ഹുസൈനാർ ഇപ്പോൾ യു എ ഇയുടെ ഹോങ്കോങ് എംബസിയിൽ ഉയർന്ന ഉദ്യോഗ സ്ഥനാണ്. അറബിയും മലയാളവും ഇംഗ്ലീഷും ഹിന്ദിയും ഉൾപ്പെടെ നിരവധി ഭാഷകൾ അനായാസം കൈകാര്യം ചെയ്യുമെങ്കിലും എഴുതാ നും വായിക്കാനും അറിയുന്നവ ഇല്ലെന്നു തന്നെ പറയാം. ഓഫീസിൽ പക്ഷേ, എല്ലാറ്റിനും ഹുസൈനാർക്ക് സെക്രട്ടറിമാരുണ്ട്.

ചൈനയിൽ വ്യവസായിയും ഇന്ത്യാ ചൈനാ എക്കണോമിക് ആന്റ് കൾച്ചറൽ കൗൺസിലിന്റെ സൗത്ത് ഇന്ത്യാ പ്രസിഡന്റുമായ എം സി സലീമാണ് ഹുസൈനാരെ പരിചയപ്പെടുത്തുന്നത്. ചൈനയിലേക്കുള്ള യാത്രയ്ക്കിടയിൽ ഒരു ദിവസം ഹോങ്കോങ്ങിൽ ഹുസൈനാരുടെ ഫ്ളാ റ്റിലായിരുന്നു തങ്ങിയത്. രണ്ട് മുറികളുള്ള ക്വാറിബേയിലെ ഫ്ളാറ്റിലെ ഒരു മുറി നാല് ഇന്തോനേഷ്യൻ വനിതകൾ പങ്കിട്ടെടുത്തതായിരുന്നു. ഹോങ്കോങ്ങിലെ വീട്ടുജോലിക്കാരിലേറെയും ഇന്തോനേഷ്യയിലേയും ഫിലിപ്പൈൻസിലേയും ദരിദ്രരാണ്. ഹോങ്കോങ്ങിലെ അതിസമ്പന്നത യ്ക്കിടയിലും അരിഷ്ടിച്ച ജീവിതവുമായി ഇവർ നിറപ്പകിട്ടുള്ള സ്വപ്ന ങ്ങൾ നെയ്യുന്നു. ഇളയ കുഞ്ഞിനെ പ്രസവിച്ച് ആറു മാസമാകും മുമ്പ് ഇന്തോനേഷ്യയിൽനിന്ന് ജോലി തേടി ഹോങ്കോങ്ങിലെത്തിയ അന ഇവ രുടെ നേർ പ്രതിനിധിയാണ്. ഹുസൈനാരുടെ വീട്ടിലെ ഒറ്റ രാത്രിയിലെ പരിചയംകൊണ്ടുതന്നെ അന എന്റെ മനസ്സിൽ കണ്ണീർ വീഴ്ത്തിയിരുന്നു. ടെലിഫോണിൽ അങ്ങേത്തലയ്ക്കൽ മകളുടെ ശബ്ദം കേൾക്കുമ്പോൾ വിങ്ങിപ്പൊട്ടുവാൻ പോലുമാവാതെ നിസ്സംഗയായി അന പറഞ്ഞു. "അവൾക്കറിയില്ല, ഞാനവളുടെ അമ്മയാണെന്ന്. എന്റെ അമ്മയുടെ

കൂടെയാണവൾ. അതാണ് അവളുടെ അമ്മ എന്നാണ് മകളുടെ ധാരണ. ഞാനും കരുതി അതങ്ങനെത്തന്നെ നില്ക്കട്ടെയെന്ന്."

ഇന്തോനേഷ്യയിൽ ചില്ലറ ജോലികളെടുത്ത് ഭർത്താവിനെയും കുടുംബത്തെയും പോറ്റിയിരുന്ന അന നാടുവിടുന്നതിന് തൊഴിലന്വേഷണത്തിനപ്പുറത്ത് ചില കാരണങ്ങളുണ്ടായിരുന്നു. ഭർത്താവിനെ ഭാര്യമാർ ജോലി ചെയ്ത് സംരക്ഷിക്കുന്നത് ഇന്തോനേഷ്യൻ പതിവാണത്രെ. അങ്ങനെയിരിക്കെ ഒരു ദിവസം അനയേയും രണ്ട് കുട്ടികളേയും സാക്ഷിയാക്കി മറ്റൊരു ഭാര്യയുമായി വീട്ടിൽ കയറിവന്ന ഭർത്താവിനെ സഹിക്ക വയ്യാതെ നാടുവിട്ടതാണവർ. കുഞ്ഞുങ്ങളെ സ്വന്തം അമ്മയുടെ അടുക്കലേല്പിച്ച് ഹോങ്കോങ്ങിന്റെ വിശാലതയിൽ അഭയം തേടിയ അനയ്ക്ക് പക്ഷേ, ഇവിടെയും നിർഭാഗ്യങ്ങളായിരുന്നു കൂട്ട്. ആദ്യത്തെ സ്പോൺസറുടെ അസഹ്യമായ പെരുമാറ്റവും മറ്റും നിമിത്തം അവിടം വിടേണ്ടി വന്ന അവർക്ക് വിസയും പാസ്പോർട്ടും നഷ്ടമായി. യാത്രാ രേഖകളോ പൗരത്വരേഖകളോ ഇല്ലാതെ ഏതാണ്ട് ഒളിജീവിതം നയിക്കുന്നതിനിടയിലാണ് ഹുസൈനാരുടെ ഫ്ളാറ്റിലെ വാടകക്കാരിലൊരാളായി അന യെത്തുന്നത്. ഹുസൈന്റെ നല്ല മനസ്സും ഇടപെടലുകളുംമൂലം ഇപ്പോ ഴവൾ പൊലീസു പിടിക്കുന്ന അവസ്ഥയിൽനിന്ന് രക്ഷപ്പെട്ടിരിക്കുക യാണ്. എങ്കിലും മറ്റൊരു നല്ല ജോലിക്ക് വേണ്ടിയുള്ള അന്വേഷണത്തിൽ വിശ്രമമില്ലാതെ അലയുകയാണവൾ.

ഒറ്റ ദിവസത്തെ പരിചയംകൊണ്ട് തന്നെ ഹുസൈനാർ നല്ല സുഹൃത്തായി. സൽക്കാരപ്രിയനായ ഹുസൈനാർക്ക് വിശിഷ്ടാതിഥിയായ എന്നെ സൽക്കരിച്ച് മതിയായില്ല. ചൈനയല്ല, ഹോങ്കോങ്ങാണ് കാണേണ്ടത് എന്ന് ഹുസൈനാർ നിർബന്ധിച്ചുകൊണ്ടിരുന്നു. പീറ്റ് മൗണ്ടയിൻ, ബിഗ് ബുദ്ധ, നിരവധി ദ്വീപുകൾ... മനോഹരവും ചരിത്രപ്രസിദ്ധവുമായ നിരവധി കാഴ്ചകളുണ്ട് ഹോങ്കോങ്ങിൽ. ഒരു രാത്രി പോരാ ചുരുങ്ങിയത് മൂന്ന് ദിവസമെങ്കിലും വേണം. ഹുസൈനാരുടെ സ്നേഹപൂർവ്വമുള്ള ക്ഷണത്തിന് വഴങ്ങി ചൈനീസ് ട്രിപ്പ് വെട്ടിക്കുറച്ച് മടങ്ങുംവഴി ഹോങ്കോങ്ങിലെത്താമെന്ന് ധാരണയായി. പണം മുഴുവൻ ചൈനയിൽ അടിച്ച് പൊളിച്ച് കാലിയാക്കണം. ഇവിടുത്തെ മൂന്ന് ദിവസം പൂർണ്ണമായും തന്റെ അതിഥിയായിരിക്കണം. എല്ലാ സ്ഥലങ്ങളും കാണിക്കാം. എല്ലായിടത്തും പോകാം. പക്ഷേ, ഒരൊറ്റ കണ്ടീഷൻ. പോക്കറ്റ് കാലിയാക്കിയേ വരാവൂ. ഹുസൈനാരുടെ സ്നേഹത്തിനും പുറം മാത്രമറിഞ്ഞ നഗര കൗതുകത്തിനും കീഴടങ്ങിയാണ് ഇപ്പോൾ മടക്കയാത്രയിൽ ഹോങ്കോങ്ങിലെത്തിയിരിക്കുന്നത്.

ചൈനയിലെ വ്യവസായ നഗരമായ ഗോങ്ചോവിൽനിന്ന് ലുഹു വഴി തീവണ്ടിയിലായിരുന്നു തിരിച്ച് ഹോങ്കോങ്ങിലേക്കുള്ള യാത്ര. മണിക്കൂറിൽ 300 കിലോ മീറ്റർ വേഗതയിൽ സഞ്ചരിക്കുന്ന ഇലക്ട്രിക് ട്രെയിനിൽ ഷെൻചെനിൽനിന്ന് ലുഹു വരെ. ലുഹുവിൽ വീണ്ടും എമിഗ്രേഷൻ ക്ലിയറൻസും മറ്റ് യാത്രാരേഖകളുടെ പരിശോധനയും. ചൈനയുടെ ഭാഗ

മായ പ്രവിശ്യയാണെങ്കിലും ഹോങ്കോങ്ങിലേക്കും തിരിച്ചും എമിഗ്രേ
ഷൻ ക്ലിയറൻസ് നിർബ്ബന്ധമാണ്. ലുഹുവിൽനിന്ന് ഹോങ്കോങ്ങിലേക്കു
ള്ള ട്രെയിനിലിരിക്കുമ്പോൾ അപരിചിതമായ ഭാഷകൊണ്ട് അങ്കലാപ്പി
ലാക്കിയ ചൈനക്കാരുടെ ഇടയിൽനിന്നും രക്ഷപ്പെട്ട പ്രതീതിയായിരു
ന്നു. മാത്രമല്ല, ഹോങ്കോങ്ങിൽ കാത്തിരിക്കുന്ന ഹുസൈനാരുടെ ഹൃദ
യം തുറന്ന സൽക്കാരവും. ഹോങ്കോങ്ങിന്റെ ഹൃദയത്തിലേക്കുള്ള ആ
വേശകരമായ ആ ട്രെയിൻ യാത്രയിൽ മൂന്ന് ദിവസങ്ങൾകൊണ്ട്
ഹോങ്കോങ്ങിൽ ചെയ്തു തീർക്കേണ്ട കാര്യങ്ങളെക്കുറിച്ച്, തിമിർക്കേണ്ട
ആഹ്ലാദ സ്ഥലങ്ങളെക്കുറിച്ച് മനസ്സിൽ കണക്കുകൾ കൂട്ടുകയായിരുന്നു.

മെട്രോ ട്രെയിനാണ് ഹോങ്കോങ്ങിലെ പ്രധാന യാത്രാമാർഗ്ഗം.
പൂർണ്ണമായി എയർക്കണ്ടീഷൻ ചെയ്ത ട്രെയിനുകളിലെല്ലാം സാമാ
ന്യം നല്ല തിരക്കാണ്. നമ്മുടേതുപോലെ തിക്കും തിരക്കുമല്ല. മാതൃകാ
പരമായ അച്ചടക്കത്തോടെ അവനവന്റെ ഊഴമനുസരിച്ച് ട്രെയിനിൽ ക
യറുകയും ഇറങ്ങുകയും ചെയ്യുന്ന ക്ഷമാശീലരായ ഹോങ്കോങ്ങുകാർ,
സീറ്റിനുവേണ്ടി നെട്ടോട്ടമില്ല. കിട്ടിയാൽ ഇരിക്കും ഇല്ലെങ്കിൽ നില്ക്കും.
എല്ലാം സന്തോഷം.

പ്രായമായവർ വരുമ്പോൾ, ആരും ആവശ്യപ്പെടാതെതന്നെ ഇളം
മുറക്കാർ ഭവ്യതയോടെ സീറ്റ് ഒഴിഞ്ഞുകൊടുക്കുന്ന കാഴ്ച ഏറെ അത്ഭു
തത്തോടെയേ ഒരു കേരളീയന് കാണാനാവൂ. എല്ലാ ട്രെയിനുകളിലും
എഴുതിവെച്ചിട്ടുള്ള യാത്രക്കാർക്കുള്ള നിർദ്ദേശങ്ങളിൽ പ്രധാനപ്പെട്ട
ഒരെണ്ണം ഇങ്ങനെയാണ്: 'Kindly offer your seat to some one who
deserve it more' സാധാരണ ഇത്തരം എഴുത്തുകൾക്ക് കേവലമായ
നിയമാവലിയിൽ കവിഞ്ഞ അർത്ഥം അതുവരെ കണ്ടിട്ടില്ല. എന്നാൽ
നിയമങ്ങളും നിർദ്ദേശങ്ങളും കണിശമായി അനുസരിക്കുന്ന കാര്യത്തിൽ
ഹോങ്കോങ്ങുകാർ മാതൃകയാണ്. ഒരുപക്ഷേ, നീണ്ടുനിന്ന ബ്രിട്ടീഷ് വാ
ഴ്ച അവശേഷിപ്പിച്ച ശീലമാവാം.

ഹോങ്കോങ്ങിലെത്തിയാൽ റെയിൽവേ സ്റ്റേഷനിൽനിന്ന് ഏതെ
ങ്കിലും ഒരു ഹോങ്കോങ്ങുകാരന്റെ മൊബൈൽഫോൺ കടംവാങ്ങി
ഹുസൈനാരുടെ നമ്പരിൽ വിളിക്കുക. പിന്നെയെല്ലാം ഹുസൈനാരായി.
ഇതായിരുന്നു കണ്ടീഷൻ. തിരിച്ച് മുംബൈയ്ക്കുള്ള ഫ്ളൈറ്റ് ഹോങ്കോ
ങ്ങിൽനിന്നുതന്നെ ആയതിനാൽ മുഴുവൻ ലഗ്ഗേജും കൂടെയുണ്ട്. സ്റ്റേ
ഷനിൽ ഇറങ്ങി മൊബൈൽ ചോദിക്കാൻ പാകത്തിൽ ചുമ്മായിരിക്കുന്ന
ഏതെങ്കിലും ഹോങ്കോങ്ങുകാരനെ നോക്കി കുറെസമയം നില്ക്കേണ്ടി
വന്നു. ഒടുവിൽ ഒരാളോടു ചോദിച്ചു. 'സോറി'. വളരെ സൗമ്യമായി എന്റെ
അഭ്യർത്ഥന നിരസിച്ച് അദ്ദേഹം നടന്നു. തുടർച്ചയായി മൂന്നുപേർ
മൊബൈൽ നിഷേധിച്ചതോടെ ഞാൻ ചെറുതായി സമ്മർദ്ദത്തിലായി.
യാത്രയിലുടനീളം പരാജയമറിയാതെ തുടർന്ന ആവേശം നേരിയ
തോതിൽ ഇടിഞ്ഞു. സ്റ്റേഷനിലാണെങ്കിൽ പബ്ലിക് ബൂത്തുമില്ല. ഒരു
വേള ഹോങ്കോങ്ങുകാരുടെ 'മര്യാദകെട്ട' പെരുമാറ്റത്തിൽ എനിക്ക്

ചെറിയ അമർഷവും തോന്നി. എന്റെ ശ്രമങ്ങളും പരാജയങ്ങളും കണ്ടു കൊണ്ടിരിക്കുന്നതുകൊണ്ടാവണം പൊടുന്നനെ ഒരു ഇംഗ്ലീഷുകാരി എന്നെ അഭിവാദ്യം ചെയ്തുകൊണ്ട് മൊബൈൽ ഫോണുമായി അടു ത്തെത്തി. അവർക്ക് സ്തുതി പറഞ്ഞു ഞാൻ ഹുസൈന്റെ നമ്പർ കറ ക്കി. നിർത്താതെ ബെല്ലടിക്കുന്നുണ്ട്. പക്ഷേ, എടുക്കുന്നില്ല. വീണ്ടും അതെ. ഉള്ളിൽ പൊടുന്നനെ ഒരു കൊള്ളിയാൻ മിന്നി. ഒരു പരിചയവു മില്ലാത്ത സ്ഥലമാണ്. പരിചയക്കാരുമില്ല. മൂന്ന് ദിവസം കഴിഞ്ഞാണ് ഇന്ത്യയിലേക്കുള്ള ഫ്ളൈറ്റ് ടിക്കറ്റ്. കീശ കാലിയാക്കിയേ വരാവൂ എന്ന ഹുസൈനാരുടെ കല്പന വകവെക്കാതെ ഞാൻ കരുതിയ ആയിരം ഹോങ്കോങ് ഡോളർ മാത്രമേ കൈയിലുള്ളു. വീണ്ടും വീണ്ടും ഹുസൈന്റെ നമ്പർ ഡയൽ ചെയ്യുന്നതിനിടയിൽ എന്റെ മുഖത്ത് പ ടർന്ന ആധി കണ്ടിട്ടാവണം ഇംഗ്ലീഷുകാരി ചോദിച്ചു: "എന്തു പറ്റി?"

"പ്രത്യേകിച്ചൊന്നുമില്ല. ഈ നാട്ടിൽ എനിക്ക് പരിചയമുള്ള ഒരേ യൊരാൾ വിളിച്ചിട്ട് ഫോണെടുക്കുന്നില്ല."

"ഓ അത്രേയുള്ളോ. അദ്ദേഹം ഒരുപക്ഷേ, വല്ല യാത്രയിലുമായി രിക്കാം."

"ആയിരിക്കാം. പക്ഷേ, എനിക്കിവിടെ മറ്റ് പരിചയക്കാരില്ല. മൂന്ന് ദിവസം കഴിഞ്ഞാണ് നാട്ടിലേക്കുള്ള ഫ്ളൈറ്റ്. സുഹൃത്തിനെ കിട്ടിയി ല്ലെങ്കിൽ കാര്യങ്ങളാകെ അവതാളത്തിലാകും."

'പേടിക്കണ്ട. അടുത്ത തവണ വിളിക്കുമ്പോൾ നിങ്ങളുടെ സുഹൃത്ത് ഫോണെടുക്കും' എന്നെ ആശ്വസിപ്പിച്ച് ഫോൺ തിരിച്ച് വാങ്ങി അവർ നടന്നു പോയപ്പോൾ ഉള്ളിൽ എന്നോടുതന്നെ കഠിനമായ ദേഷ്യം തോന്നി ത്തുടങ്ങി. കൃത്യവും സുരക്ഷിതവുമായ യാത്രാ ഷെഡ്യൂളുമായി വന്ന യാളാണ് ഞാൻ. മൂന്ന് ദിവസംകൂടി ചൈനയിൽ താമസവും മറ്റ് സൗക ര്യങ്ങളുമുണ്ട്. അതെല്ലാം വിട്ട് ഒറ്റ ദിവസത്തെ പരിചയം മാത്രമുള്ള ഒരാളുടെ വാക്കുകേട്ട് വിരളിപിടിച്ച് ഓടിപ്പോന്ന വിഡ്ഢി എന്ന് ഞാൻ എന്നെ ശപിച്ചുകൊണ്ടിരുന്നു. എന്തു ചെയ്യും എന്ന വലിയ ചോദ്യത്തിന് മുമ്പിൽ ഒരുത്തരവുമില്ലാതെ വെറുതെ കറങ്ങിക്കൊണ്ടിരിക്കുമ്പോഴുണ്ട് നടന്നുപോയ ഇംഗ്ലീഷുകാരി ഫോണുമായി ഓടിവരുന്നു: 'ഇതാ നിങ്ങ ളുടെ സുഹൃത്ത്'. ഹുസൈൻ തിരിച്ചു വിളിച്ചതാണ്.

"സോറി സുരേഷ്, ഇന്ന് രാവിലെ ആകസ്മികമായി അംബാസ ഡറുടെ വിസിറ്റുണ്ട്. ഇപ്പോൾ എയർപോർട്ടിലാണ്. അത്യാവശ്യമായി അദ്ദേഹത്തിന്റെ കൂടെ ദുബായിലേക്ക് പോണം. നാളെത്തന്നെ മടങ്ങി വരും. അതുവരെ ഒന്ന് മാനേജ് ചെയ്യണം."

"ഞാനെന്തു ചെയ്യും ഹുസൈൻ. സ്ഥലവും മറ്റും പരിചയമില്ല. കൈയിൽ കാശും കുറവാണ്." വറ്റിയ തൊണ്ടയിൽനിന്നും വാക്കുകൾ മുറിഞ്ഞു മുറിഞ്ഞു വീണു.

"ഞാനിതാ ഏത് നിമിഷവും ഫ്ളൈറ്റിൽ കേറും. എന്റെ അവസ്ഥ മനസ്സിലാക്കൂ. പ്ലീസ്." "ഏത് വിധേനയും 100 ഡോളറിന്റെ ഒരു സിം

കാർഡ് വാങ്ങൂ." "ആ നമ്പരിൽനിന്ന് എന്നെ വിളിക്ക്. ബാക്കിയൊക്കെ ഫോണിലൂടെ പറയാം." അധികം വിശദീകരണങ്ങൾക്ക് ഇട നല്കാതെ ഫോൺ കട്ടായി.

"എല്ലാം ഓക്കെയായില്ലേ?" തിരിച്ചുനിന്നുപോയ എന്റെ കൈയിൽ നിന്നും ഫോൺ തിരിച്ചുവാങ്ങുമ്പോൾ ഇംഗ്ലീഷുകാരി ചോദിച്ചു. തീർച്ച യായും സുഹൃത്തേ, എന്ന് അവർക്ക് നന്ദി പറഞ്ഞ് തൊട്ടടുത്ത സിം കാർഡ് കടയന്വേഷിച്ച് സ്റ്റേഷനിൽനിന്നിറങ്ങി.

ഹോങ്കോങ്ങിൽ ഇടപാടുകൾക്കെല്ലാം കാർഡാണ്. ഒക്ടോപസ് കാർ ഡാണ് വ്യാപകം. ബസിൽ, ട്രെയിനിൽ, ഷോപ്പിൽ എല്ലായിടത്തും. അപൂർവ്വമായി മാത്രമേ ആളുകൾ ഡോളർ നല്കി ഇടപാടുകൾ നടത്തു ന്നുള്ളൂ. അതുകൊണ്ടായിരിക്കണം ആയിരം ഡോളർ കൊടുത്ത് 100 ഡോളറിന്റെ സിംകാർഡ് ആവശ്യപ്പെട്ടപ്പോൾ കടക്കാരൻ ഒക്ടോപസ് കാർഡ് കൂടി വേണോ എന്ന് ചോദിച്ചത്. 50 ഡോളർ കാർഡിന്റെ വില യാണ് 50 ഡോളർ സംസാര സമയവും. ഇനി പണം വളരെ മൂല്യമേറി യതാണ്. നാളെ ഹുസൈൻ വരുന്നതുവരെ കഴിഞ്ഞു കൂടേണ്ടതാണ്. അഥവാ പരിപാടിയിൽ ഇനിയും വല്ല മാറ്റവും വന്ന് അയാളെങ്ങാൻ ദുബായിൽത്തന്നെ തങ്ങിയാലോ? ഏയ്, നല്ലതുമാത്രം വരുമെന്ന് ശുഭാപ്തി വിശ്വാസിയായി റോഡരികിലിരുന്ന് ഞാൻ എന്റെ സ്യൂട്ട്കേസ് തുറന്ന് മൊബൈൽഫോൺ പരതാൻ തുടങ്ങി. ഇന്ത്യ വിട്ടപ്പോൾ ഓഫാക്കി പെട്ടിയിൽ വെച്ചതാണ്.

പതിവ് കാഴ്ചയല്ലാത്തതുകൊണ്ടാവാം, വഴിപോക്കർ ഒന്ന് ശ്രദ്ധി ച്ചശേഷം കടന്നുപൊയ്ക്കൊണ്ടിരുന്നു. സാധാരണഗതിയിൽ മറ്റാളുകളെ ശ്രദ്ധിക്കുക ഇവരുടെ പതിവല്ല. തപ്പിപ്പിടിച്ച് ഫോണെടുത്ത് പുതിയ സിം ഇൻസേർട്ട് ചെയ്തു നോക്കുമ്പോൾ അത് വർക്ക് ചെയ്യുന്നില്ല. ഫ്രീക്വൻസി വ്യതിയാനമാണത്രെ. പുതിയ ഫോൺ വാങ്ങിയാൽ ശരി യാകുമെന്ന് കടക്കാരന്റെ ഉപദേശം. ചുരുങ്ങിയത് 2000 ഡോളർ വേണം. തല്ക്കാലം രക്ഷയില്ല. 100 ഡോളറിന്റെ സിംകാർഡ് തിരിച്ചെടുത്ത് 50 ഡോളറെങ്കിലും മടക്കിത്തരാനുള്ള എന്റെ ദയനീയ അഭ്യർത്ഥനപോ ലും അയാൾ തള്ളിക്കളഞ്ഞു. ക്രൂരൻ. 'ഇനിയെന്തു ചെയ്യും' എന്നത് വീണ്ടും വലിയൊരു ചോദ്യമായി. ആകെയുണ്ടായിരുന്ന 1000 ഡോളർ തൊള്ളായിരമായി മാറിയത് മാത്രമുണ്ട് മിച്ചം. നേരെ ഒരു ടാക്സി പിടി ച്ച് ഹുസൈനാരുടെ ഫ്ളാറ്റിലേക്ക് പോവാമായിരുന്നു. അവനില്ലെങ്കിലും ആ ഇന്ത്യോനേഷ്യൻ സഹോദരിമാരുണ്ടാവുമവിടെ. പക്ഷേ, കൃത്യമാ യ വിലാസമില്ല. മാത്രമല്ല അവിടെച്ചെന്നാൽ അവരുണ്ടാവുമെന്ന് എ ന്താണുറപ്പ്? ഉണ്ടെങ്കിൽത്തന്നെ ഒരു രാത്രി ഹുസൈന്റെ കൂടെ കണ്ട ഒരാളെ അവന്റെ അസാന്നിദ്ധ്യത്തിൽ അവിടെ താമസിപ്പിക്കും എന്നു കരുതുന്നതിനേക്കാൾ മണ്ടത്തരം വേറെയുണ്ടോ? ഈ മണ്ടത്തരം കൊ ണ്ടാണ് വയ്യാവേലികളെല്ലാം ഉണ്ടായത്. ഇനി അധികം സാഹസികത കളും പരീക്ഷണങ്ങളും വേണ്ട. ഹുസൈനാർ നാളെ തിരിച്ചെത്തുമെന്ന്

തന്നെ പ്രതീക്ഷിക്കുക. തൊള്ളായിരം ഡോളർ ഒരു ദിവസം താങ്ങാൻ മതിയായിരിക്കും. (ആറായിരം രൂപയോളമുണ്ട്) നല്ല യാത്രാക്ഷീണവു മുണ്ട്. ഏതെങ്കിലും ചെറിയ ഹോട്ടലിൽ ഒരു റൂം തരപ്പെടുത്തി ഇന്ന് രാത്രി വിശ്രമിക്കുക. തരപ്പെട്ടാൽ രാത്രി ഹുസൈനാരെ കോൺടാക് ചെയ്യുക. ഇല്ലെങ്കിൽ രാവിലെ. പരിഭ്രമങ്ങൾക്കിടയിലും ഏതാണ്ട് അടു ക്കും ചിട്ടയുമുള്ള ചില തീരുമാനങ്ങളിലെത്താനായതിൽ എനിക്കെന്നോട് വലിയ മതിപ്പ് തോന്നി. വലിയ സ്യൂട്ട്കേസും വലിച്ച് ഹോങ്കോങ് തെരു വിലൂടെ ഒരു ചെറുകിട ഹോട്ടൽ അന്വേഷിച്ച് നടക്കാൻ തുടങ്ങി. കാഴ് ചയിൽ ചെറുകിട എന്ന് തോന്നിച്ച ഒരു ഹോട്ടലാണ് കേറിയത്. ഏറ്റവും കുറഞ്ഞ റൂംറെന്റ് 1300 ഡോളറാണത്രെ. സിംഗിൾ ബെഡ് മതി. ഒറ്റ രാത്രി മതി തുടങ്ങിയ കേളീയമായ പേശലുകൾക്കൊണ്ട് അവിടെ ഒന്നും ചെയ്യാനായില്ല. അടുത്ത ഹോട്ടൽ അതിനടുത്ത ഹോട്ടൽ, വീണ്ടും ഹോട്ടൽ, എല്ലാം വാടക ആരംഭിക്കുന്നത് 1300 ഡോളറിൽ.

എന്തൊരു സ്റ്റാൻഡേർഡ് വില! സമയം രാത്രി 8 മണി കഴിഞ്ഞി രിക്കുന്നു. ഒരു രക്ഷയുമില്ല. കാര്യം കട്ടപ്പൊകയാണെന്ന് കൃത്യമായി ബോദ്ധ്യപ്പെട്ടു തുടങ്ങിയതോടെ എന്റെ അസ്വസ്ഥതകൾ മാറിത്തുടങ്ങി. അനിർവ്വചനീയമായ ഒരു ആയാസരാഹിത്യം എന്നെ വീണ്ടും ഉത്സാ ഹിയാക്കി. ഹോങ്കോങ് തെരുവിൽ 900 ഡോളറുമായി അനാഥമായ ഒരു (?) രാത്രിയിലേക്ക് സർവ്വതന്ത്ര സ്വതന്ത്രനായി മേയാനൊരുങ്ങുകയാണ് ഞാൻ. എല്ലാം വരുംപോലെവരും എന്ന ആത്മവിശ്വാസത്തിൽ പാസ് പോർട്ടും ഫ്ലൈറ്റ് ടിക്കറ്റും മറ്റും ഭദ്രമാക്കി സൂക്ഷിച്ച് പൊടുന്നനെ കൈ വന്ന ഒരു പ്രതീക്ഷയിൽ ധൈര്യമായി ഞാൻ എന്നെ നേരിടാനൊരുങ്ങി.

ഹോങ്കോങ് തെരുവുകൾ ഉറങ്ങാറില്ല എന്ന് കേട്ടിട്ടുണ്ട്. ഡാൻസ് ബാറുകളും ഡിസ്കോ നൈറ്റ് ക്ലബ്ബുകളും മറ്റുമായി അതിസമ്പന്നത യുടെ ജീവിതാഘോഷങ്ങൾ ആടിത്തിമർക്കുന്ന തെരുവുകളിലൂടെ അലഞ്ഞ് തിരിഞ്ഞ് ഈ രാത്രി അവിസ്മരണീയമാക്കിയിട്ടുതന്നെ കാര്യം.

ഉച്ചയ്ക്ക് ലുഹുവിൽനിന്ന് രണ്ട് സാൻഡ്‌വിച്ച് കഴിച്ചതാണ്. വിശപ്പ് അതിന്റെ പാരമ്യത്തിലാണ്. സ്വയം പിടുത്തം വിടാൻ തീരുമാനിച്ച സ്ഥിതിക്ക് ഇനി പോക്കറ്റിന്റെ കാവലാളാകേണ്ട. ക്ഷീണവും വിശപ്പും ഇടനേരത്തെ മാനസിക സംഘർഷവും എല്ലാം ചേർന്ന് ഏറക്കുറെ അ വശനായിരുന്നു ഞാൻ. ശരീരത്തിനും മനസ്സിനും നിറയെ ഉന്മേഷം വേ ണം. ഇടതെടവില്ലാത്ത സന്തോഷംകൊണ്ട് ഉന്മത്തമാവണം. അല്ലാതെ പിറ്റേ ദിവസത്തെ വരും വരായ്കകൾ നോക്കി സങ്കോചപ്പെടുവാനായി രുന്നെങ്കിൽ ആവശ്യത്തിലേറെ സംഘർഷങ്ങൾ നാട്ടിൽത്തന്നെയു ണ്ടല്ലോ. മൈലുകൾക്കിപ്പുറംവന്ന് സ്വയം അയഞ്ഞ് ഒരുങ്ങുന്നതിന് പകരം മുറുകി വലിയാൻ എന്തായാലും എന്നെക്കിട്ടില്ല.

തെരുവ് സജീവമാകാൻ തുടങ്ങുകയാണ്. പല നാട്ടുകാർ, പല വേഷ ക്കാർ, പല ലക്ഷ്യക്കാർ ഉള്ളിൽ നുരഞ്ഞുപതയുന്ന ആഹ്ലാദവുമായി തെരുവിനെ ഇളക്കി മറിക്കുകയാണ്. വഴിയരികിൽനിന്ന് ചൈനീസ്

സുന്ദരിമാർ ക്ഷണിച്ചിരുത്തി സാന്ത്വനിപ്പിക്കുന്നുണ്ട്. നൃത്തത്തിന്റെയും സംഗീതത്തിന്റെയും ചൂടൻ അകമ്പടിയുമായി തിളച്ചുമറിയുന്ന തെരു വിന്റെ ഹൃദയത്തിലേക്ക് സ്വയം കെട്ടഴിഞ്ഞു വീഴുകയാണ് ഞാൻ. ഒരു കൈയിൽ വൈൻ ഗ്ലാസും മറുകൈയിൽ കൂട്ടുകാരന്റെയോ കൂട്ടുകാരി യുടെയോ കൈകളും കോർത്ത് നടക്കുകയാണ് മനുഷ്യരെല്ലാം.

എന്റെ കൈയിൽ മാത്രം വലിയൊരു സ്യൂട്ട്കെയ്സും ഒട്ടും ചെറു തല്ലാത്ത മറ്റൊരു തുകൽ ബാഗും. അതുകൊണ്ടുതന്നെ ഞാൻ നടന്നു പോയ വഴികളിലെല്ലാം ഒട്ടൊരു കൗതുകത്തോടെ ആളുകൾ എന്നെ നോക്കിക്കൊണ്ടിരുന്നു. ഈ പെട്ടികൾ എവിടെയെങ്കിലുമൊന്ന് പണ്ടാ രടക്കിയിരുന്നെങ്കിൽ!

നടന്ന്നടന്ന് ഏതോ ഒരു ഡിസ്കോത്തെയുടെ മുമ്പിലെത്തി യപ്പോൾ അമ്മയേക്കാൾ പ്രായം തോന്നിക്കുന്ന ഒരു മുൻ സുന്ദരി എന്റെ പെട്ടി കടന്നുപിടിച്ചു. 'വരൂ' എന്ന് ക്ഷണിച്ചുകൊണ്ട് അവരെന്നെ വെളിച്ചം നാണിച്ചുനില്ക്കുന്ന ഡിസ്കോ ഹാളിലേക്കാനായിച്ചു. മുതുകാടിന്റെ മാജിക്കിൽ നിന്നെന്നപോലെ പൊടുന്നനെ ഒരു ഡസനോളം പൂർണ്ണ നഗരല്ലാത്ത സുന്ദരിമാർ എനിക്കു ചുറ്റുംവലയമായി. അതിനകത്ത് മോ ഹത്തിന്റെതോ മോഹഭംഗത്തിന്റെതോ എന്നറിയാത്ത മറ്റൊരുവലയ ത്തിൽ ഞാനും. അവരിൽ ആരെ വേണമെങ്കിലും എനിക്ക് തെരഞ്ഞെടു ക്കാം. അവരോടൊത്ത് അവിടെ ഒരുക്കിയിട്ടുള്ള പ്രൈവറ്റ് റൂമിൽ ആ രാത്രി കഴിയാം. ആയിരം ഡോളറാണ് ചാർജ്.

1300 ഡോളറിന് ഹോട്ടൽ മുറി തേടിയലഞ്ഞ് നഷ്ടപ്പെടുത്തിയ ഊർ ജ്ജത്തെ ഞാൻ പഴിച്ചു. സിംഹാർഡ്ഢിനായി തുലച്ച 100 ഡോളറിനെ ഞാൻ ശപിച്ചു. അതുമിതുമായി നിർഭയത്വത്തിന്റെ പേരിൽ കളഞ്ഞുകുളിച്ച ഇരു ന്നൂറോളം ഇതര ഡോളറുകൾ എന്റെ ദുഃഖമായി. രക്ഷയില്ല.

താല്പര്യമില്ലെന്ന് തട്ടിവിട്ട് സ്യൂട്ട്കേസും തൂക്കി പുറത്തിറങ്ങിയ എന്നെ അവർ പിന്നിൽനിന്നും വിളിക്കുമെന്നും ഒരൊത്തുതീർപ്പു ഫോർമുല 700 ഡോളറിനകത്ത് രൂപപ്പെടുമെന്നും പ്രത്യാശിച്ച് എന്റെ നടത്തം പതുക്കെയായി. അവർ പക്ഷേ, അതിനകം മറ്റൊരു കസ്റ്റമർക്ക് ചുറ്റും വല നെയ്തിരുന്നു.

ഹോട്ടൽ അന്വേഷണത്തിന് പകരം ഈയൊരു 'പ്രൈവറ്റ് റൂം' അന്വേ ഷണം ചിലപ്പോൾ ഫലം കണ്ടേക്കുമെന്ന് എന്നിലെ ശുഭാപ്തി വിശ്വാസി ഓർമ്മിപ്പിച്ചുകൊണ്ടിരുന്നു. അടുത്ത ഹാളിലും അതിനടുത്ത ഹാളിലും ഇതുതന്നെ ചില്ലറ ഭേദഗതികളോടെ ആവർത്തിച്ചുകൊണ്ടിരുന്നു. 1000 ൽ നിന്ന് ആരും പക്ഷേ, താഴേക്ക് വന്നില്ല. ഹോങ്കോങ്ങിന്റെ ഒരു പ്രത്യേ കത വില നിലവാരത്തിലെ ഈ അചഞ്ചലതയാണെന്ന 'വലിയ പാഠം' ഇതിനകം പഠിച്ചുകഴിഞ്ഞതായി ഞാൻ അഭിമാനിച്ചു! താല്പര്യമില്ലെന്ന് പറഞ്ഞുകൊണ്ട് ഓരോ സ്ഥലത്തുനിന്നും പുറത്തിറങ്ങി. കള്ളം പറഞ്ഞതിന് മുമ്പെങ്ങും ഞാനത്രമാത്രം വേദനിച്ചിട്ടുണ്ടായിരുന്നില്ല.

സമയം അർദ്ധ രാത്രിയോടടുക്കുന്നു. തെരുവ് അതിന്റെ യൗവനത്തി

ലേക്ക് പ്രവേശിക്കുന്നേയുള്ളൂ. നടന്ന് തന്നെ തീർക്കേണ്ടി വരുമോ ഈ രാത്രി? ഹുസൈനാരെ ഒന്നുകൂടി ഫോൺ ചെയ്തുനോക്കിയാലോ? യു എ ഇ യിൽ ഇപ്പോൾ സമയമെന്തായിരിക്കും? നാളെ ഹുസൈൻ എത്തി യില്ലെങ്കിൽ എന്തുചെയ്യും. എല്ലാ ഉന്മേഷങ്ങൾക്കും മീതെ വീണ്ടും മേഘരാശി പടരാൻ തുടങ്ങി. അസംഖ്യം ആലോചനകളിൽ മുഴുകി സ്യൂട്ട് കെയ്സിന്റെ മുകളിലിരുന്ന എനിക്ക് നേരെ ബാൻഡേജിട്ട കൈയിൽ ഗ്ലാസും മറുകൈയിൽ എരിയുന്ന സിഗരറ്റുമായി ഒരു ചെറുപ്പക്കാരൻ വന്നു നിന്നു:

'ഏറെ നേരമായല്ലോ താങ്കൾ ഈ വഴികളിൽ കറങ്ങുന്നു. എന്താ ഇഷ്ടപ്പെട്ട ഒരാളെയും കിട്ടിയില്ലേ?' ചെറുപ്പക്കാരൻ സംസാരത്തിന് തുടക്കമിടുകയാണ്.

"ക്ഷമിക്കണം സുഹൃത്തേ, എന്റെ ഉദ്ദേശ്യം അതല്ല."

"അല്ലെങ്കിൽ പിന്നെ നിങ്ങളെന്തിനാണ് ഓരോ ഡിസ്കോത്തേകളി ലും കയറിയിറങ്ങുന്നത്" എന്തു പറയണം? കണ്ടിട്ടൊരു നിഷ്കളങ്കൻ. ഇവനോട് സത്യം പറഞ്ഞ് സഹായമഭ്യർത്ഥിച്ചാലോ?

"ഇന്ത്യയിൽനിന്നു വന്ന ഒരെഴുത്തുകാരനാണ് ഞാൻ. എന്റെ അടു ത്ത നോവൽ ഹോങ്കോങ്ങിന്റെ പശ്ചാത്തലത്തിലാണ്. അതിനുവേണ്ട ചില കാര്യങ്ങൾ ശേഖരിക്കുകയാണ് ലക്ഷ്യം?"

എന്നെപ്പോലും അത്ഭുതപ്പെടുത്തി ഞാൻ പറഞ്ഞുതുടങ്ങി.

"എഴുത്തുകാരൻ! ഹൈ, താങ്കളെ കണ്ടതു നന്നായി. താങ്കളെത്ര നോവലെഴുതിയിട്ടുണ്ട്? എന്തിനെക്കുറിച്ചാണ് അവയെല്ലാം? സോറി, ഞാൻ മാത്യൂ. ആസ്ത്രേലിയയിൽ നിന്നാണ്.' ചെറുപ്പക്കാരൻ ആവേശഭരിതനാവുകയാണ്. എന്തു പറയും! പേര് കെ പി രാമനുണ്ണി എന്ന് പറഞ്ഞാലോ? അതോ വല്ല ബംഗാളി പേരുമാക്കണോ? ആലോചി ച്ച് തീരും മുമ്പേ ഞാൻ പറഞ്ഞുതുടങ്ങി:

"പ്രേതനോവലുകളാണ് സ്ഥിരമായി എഴുതാറ്. ഭൗതിക ലോകവു മായി ബന്ധപ്പെട്ട ആദ്യ നോവലാണ് എഴുതാൻ പോകുന്നത്."

മാത്യുവിന്റെ ആഹ്ലാദത്തിന് അഴക് വെച്ചു, പിന്നീട് അതെന്നെ വേദനയോടെ അലോസരപ്പെടുത്തിയെങ്കിലും. പ്രേതങ്ങളെക്കുറിച്ചും ഹോങ്കോങ്ങിനെക്കുറിച്ചും മാത്രമല്ല, ക്രിക്കറ്റ്, ആസ്ട്രേലിയ, ഇന്ത്യ തുടങ്ങി ഞങ്ങൾ ദീർഘമായി സംസാരിച്ചുകൊണ്ടിരുന്നു. അതിനിടെ മാത്യുവിന്റെ അമ്മയ്ക്കും അമ്മയുടെ ബോയ്ഫ്രണ്ടിനും അവൻ എന്നെ പരിചയപ്പെടുത്തി. എഴുതാൻ വേണ്ടിയാണെങ്കിൽ സന്ദർശിക്കേണ്ടത് ഹോങ്കോങ്ങല്ല, മക്കാവാണെന്ന് (ചൈനീസ് അധീനതയിലെ മറ്റൊരു സ്വതന്ത്ര പ്രവിശ്യ) എനിക്ക് ഉപദേശം തന്നു. പാതി രാത്രി മക്കാവി ലേക്ക് പുറപ്പെടുന്ന ഫെറിയുണ്ടെന്നും ഇന്നു രാത്രിതന്നെ പുറപ്പെടാ മെന്നുമായി മാത്യു. ഞാൻ വല്ലാത്ത ആശങ്കയിലായി. ഒടുവിൽ കാര്യ ങ്ങളെല്ലാം വിശദീകരിച്ചപ്പോൾ മാത്യു പൊട്ടിച്ചിരിച്ചുകൊണ്ട് മൊബൈലെടുത്തു. അങ്ങേത്തലയ്ക്കൽ ഹുസൈനാരുടെ തെറിയും പൊ

ട്ടിത്തെറിയും. ഇത്രനേരമായിട്ടും അവനെ ബന്ധപ്പെടാതെ തീ തീറ്റിച്ചതി നുള്ള ശകാരങ്ങൾ. ഇങ്ങനെയൊക്കെയായതിലുള്ള ക്ഷമാപണങ്ങൾ. നാ ളെ രാവിലെതന്നെ തിരിച്ചെത്തുമെന്ന ഉറപ്പ്. അതുവരെ വേണ്ടതു ചെയ്യാൻ മാത്യുവിനോട് ഞാൻ സംസാരിക്കാമെന്ന് പറഞ്ഞ് ഹുസൈനാർ ഫോൺ മാത്യുവിന് കൈമാറാൻ പറഞ്ഞു. ഔപചാരികമായ പരി ചയപ്പെടുത്തലുകളില്ലാതെ മാത്യു ഉച്ചത്തിൽ വിളിച്ചുപറഞ്ഞു: "താ ങ്കളുടെ എഴുത്തുകാരനായ സുഹൃത്തിനെ ഞാൻ കൊണ്ടുപോവുന്നു. നിങ്ങൾ ധൃതി കൂട്ടേണ്ട. എല്ലാംകഴിഞ്ഞ് വന്നാൽ മതി. അതുവരെ ഇദ്ദേഹമിവിടെ സുരക്ഷിതനായിരിക്കും."

അസംഖ്യം വൈദ്യുത വെളിച്ചങ്ങൾ പകലാക്കിമാറ്റിയ ഹോങ്കോ ങ്ങിലെ ചിംചാചോയി തീരത്തുനിന്ന് അന്ന് പാതിരാത്രിക്ക് മക്കാവിലേക്കു ള്ള ഫെറിയിൽ ഞങ്ങൾ അവസാനമെത്തിയ യാത്രക്കാരായി. ആശങ്കകളും വിഹ്വലതകളും വരുംവരായ്കകളെക്കുറിച്ചുള്ള ഭീതിയുമി ല്ലാതെ ഏറെ സ്വതന്ത്രവും സുരക്ഷിതവുമായ ഒരു ഉല്ലാസയാത്ര!

4

കോഴിക്കോട്:
ജീവിതത്തിന്റെ ഡിക്ഷണറി

നിങ്ങൾ ജനിച്ചുവളർന്ന നാടിനേക്കാൾ പ്രിയപ്പെട്ടതായി മറ്റൊരു നാടുണ്ടെങ്കിൽ സംശയിക്കേണ്ട, അവിടെയാണ് നിങ്ങൾ ജീവിക്കേണ്ടത് എന്നൊരു കവി വാക്യമുണ്ട്. ജന്മനാടിന്റെ സ്നേഹവാത്സല്യങ്ങൾ പ്രിയപ്പെട്ടതായിരിക്കെത്തന്നെ, നിർവ്വചിക്കാനാവാത്ത നിരവധി ആകർ ഷണങ്ങൾകൊണ്ട് ഒരാളെ തന്നിലേക്ക് ഗാഢമായി ആശ്ലേഷിക്കുന്ന ദേശഹൃദയങ്ങളുണ്ട്. ചരിത്രത്തിൽ കോഴിക്കോടിനെ സ്ഥാനപ്പെടുത്തു ന്ന നിരവധി സവിശേഷതകളിലൊന്ന് ഈ ഹൃദയവിശാലത തന്നെ. പല തരക്കാരായവരെ, അഭിരുചി വ്യത്യാസങ്ങളെയും വ്യത്യസ്ത കർമ്മമാർ ഗ്ഗങ്ങളെയും മറികടന്ന് സ്നേഹപൂർണ്ണമായ സമന്വയത്തിലൂടെ ഒന്നാക്കി നിർത്തുന്ന മാസ്മരികത 'സത്യത്തിന്റെ ഈ തുറമുഖ'ത്തിനുണ്ട്. നാഗരിക പ്രൗഢികളിലും ബഹളങ്ങളിലും നിറഞ്ഞ്, തിരക്കുകളുടെ തിരത്തള്ളലുകളിൽ സദാ ചലനാത്മകമാവുമ്പോഴും ശാന്തവും സ്വച്ഛവു മായ പതിഞ്ഞ ഗാനംപോലെ ഒരു ഗ്രാമീണ നിശ്ശബ്ദത ഈ നഗരത്തി ന്റെ ഉൾത്തട്ടിലുണ്ട്. (കോഴിക്കോട്ടെ ഒരു വില്ലേജിന്റെ പേര് തന്നെ 'നഗരം വില്ലേജ്' എന്നാണ്). മലപ്പുറം ജില്ലയിലെ ഏറെ പിന്നോക്കം നില്ക്കുന്ന ചീക്കോട് എന്ന കുഗ്രാമത്തിൽ ജനിച്ചുവളർന്ന ഞാൻ ഒരു കോഴിക്കോടൻ 'നാഗരിക'നായി മാറിയതിന്റെ യുക്തികളും ഇതൊക്കെയായിരിക്കണം.

കുട്ടിക്കാലത്ത് കേട്ട വിസ്മയ വർത്തമാനങ്ങളുടെ കേന്ദ്ര സ്ഥാനമാ യിരുന്നു പലപ്പോഴും കോഴിക്കോട്. അടക്കിനിർത്താനാവാത്ത കൗതു കത്തോടെയല്ലാതെ ആ വാക്ക് ഉച്ചരിക്കാനാവുമായിരുന്നില്ല. കുഗ്രാമ ത്തിലെ കുട്ടിക്കാലത്തിന് സങ്കല്പിക്കാനാവുന്നതിനപ്പുറമായിരുന്നു കോഴിക്കോടിനെക്കുറിച്ച് പറഞ്ഞുകേട്ട കഥകൾ. ഞങ്ങളുടെ ചാലിയാർ ഒഴുകിയെത്തി അമർന്നുചേരുന്ന സദാ തിരകളാർത്തലയ്ക്കുന്ന കടൽ.

ഇടതേടവില്ലാതെയോടുന്ന വാഹനങ്ങൾ, പുക തുപ്പിയോടുന്ന തീവണ്ടി കൾ. പല പല ദേശങ്ങളിൽനിന്നും മലഞ്ചരക്കുകൾ കെട്ടുകണക്കിന് വന്നെത്തുന്ന വലിയങ്ങാടികൾ. *അങ്ങാടി* സിനിമയിലൂടെ ജയൻ ആവേശഭരിതമാക്കിയ തെരുവുകൾ, അതിനകംതന്നെ ഹൃദയത്തിലിടം നേടിയിരുന്ന ശബ്ദാത്ഭുതങ്ങളുടെ ആകാശവാണി.... നിത്യേന പുത്തൻ വാർത്തകളുടെ ലോകങ്ങൾ നിവർത്തിയെത്തുന്ന പത്രങ്ങളുടെ ആസ്ഥാ നം. ഒരിക്കലും കണ്ടിട്ടില്ലാത്ത ആ മഹാനഗരത്തെക്കുറിച്ച് കണ്ടറിഞ്ഞവർ പറഞ്ഞുകേട്ട നിറംപിടിപ്പിച്ച വർണ്ണനകളിലൂടെ കോഴിക്കോട്, ഹരംപി ടിപ്പിക്കുന്നൊരു സങ്കല്പമായി മനസ്സിൽ നിറയുകയായിരുന്നു.

സ്കൂളിൽ, കളിക്കളങ്ങളിൽ, കുളിക്കടവുകളിൽവെച്ചെല്ലാം ഞങ്ങൾ കുട്ടികൾ കോഴിക്കോടിനെക്കുറിച്ച് കഥകൾ മെനയും. അഞ്ചാംക്ലാസിൽ വെച്ച് നാടുവിട്ടുപോയ അബൂബക്കർ കോഴിക്കോട് ഒരു ഹോട്ടലിൽ പണിക്ക് കേറിയതും പിന്നീട് ബിരിയാണിയെക്കുറിച്ചും തിയേറ്ററു കളെക്കുറിച്ചുമൊക്കെയുള്ള അത്ഭുതകഥകളുമായി തിരിച്ചുവന്നതും ഞങ്ങൾ പറഞ്ഞുരസിക്കും. തങ്ങൾക്ക് അസാദ്ധ്യമായിരുന്ന എന്തി നേയും സാദ്ധ്യമാക്കുന്ന മാന്ത്രികതയുടെ നഗരമായി കുട്ടികൾ കോഴി ക്കോടിനെ പരിഗണിച്ചുപോന്നു. അവിടെ കിട്ടാത്തതൊന്നുമില്ല. ഇല്ലാ ത്തതൊന്നുമില്ല. എല്ലാം തികഞ്ഞ, തരുന്ന ആ നഗരത്തിൽ ഒരിക്കൽ പോലും പോകാനായിട്ടില്ലാത്തതിൽ അന്നനുഭവിച്ച നിരാശയോളം വലുത്, പിന്നീട് ജീവിതത്തിൽ ഉണ്ടായിട്ടുണ്ടോ എന്ന് സംശയമാണ്.

കോഴിക്കോട് കാണിച്ചുതരാമെന്ന വാഗ്ദാനത്തെ നീട്ടിനീട്ടിക്കൊ ണ്ടുപോകുന്നതായിരുന്നു അച്ഛന്റെ കഷ്ടതരമായ ദിനസരികൾ. നിത്യ ജീവിത പ്രാരാബ്ധങ്ങളിൽ പെട്ട് നിന്ന് തിരിയാനൊഴിവില്ലാത്ത അച്ഛന് മകനെയും കൂട്ടിയുള്ള ആ 'സർക്കീട്ട്' വീണ്ടും വീണ്ടും മാറ്റിവെക്കേണ്ടി വന്നു. ഓരോ തവണ യാത്ര മുടങ്ങുമ്പോഴും കൂടുതൽ വലിയ പ്രലോ ഭനമായി നഗരത്തെക്കുറിച്ചുള്ള സങ്കല്പങ്ങൾ ഉള്ളിലുണരും. അവി ടവിടെ വരണ്ടുതുടങ്ങിയ നാട്ടിൻപുറത്തെ തോട്ടുകരയിലിരുന്ന് വെറുതെ കണ്ണടയ്ക്കും. സീൽക്കാരത്തോടെ ചിതറിത്തെറിക്കുന്ന തിരമാലകളു ടെ കടൽക്കരയിലാണെന്ന് സ്വയം കരുതും. ഒരിക്കൽ ആ നഗരത്തിന്റെ അത്ഭുതങ്ങൾക്കൊപ്പം ഉണർന്നെണീക്കുമെന്ന് മനസ്സിലുറപ്പിക്കും.

അങ്ങനെയിരിക്കെ ഒരുദിവസം വൈകുന്നേരം പതിവിലേറെ സന്തോ ഷത്തോടെയെത്തിയ അച്ഛൻ ഒരഭിമാനം അറിയിച്ചു. ഞാൻ യു എസ് എസ് പരീക്ഷ ജയിച്ചിരിക്കുന്നു. പതിവുപോലെ വൈകുന്നേരം വീട്ടുമു റ്റം അടിച്ചുവാരിക്കൊണ്ടിരുന്ന എട്ടാംക്ലാസുകാരന് അതിൽ വലിയ കമ്പം തോന്നിയില്ല. എന്നാൽ അച്ഛനത് വലിയൊരു വിശേഷം തന്നെയായിരു ന്നു. ആ സ്കൂളിൽനിന്ന് ഞാൻ മാത്രമേ ജയിച്ചിട്ടുള്ളു. പല പ്രമാണി കളുടെയും മക്കളെ പിന്നിലാക്കി സാധാരണക്കാരനായ തന്റെ മകൻ എന്തോ വലിയ കാര്യം സാധിച്ചിരിക്കുന്നു എന്ന ഭാവമായിരുന്നു അച്ഛന്. അടിച്ചുവാരിക്കൊണ്ടിരുന്ന എന്റെ കൈയിൽനിന്നും ചൂല് പിടിച്ചുവാങ്ങി

യെറിഞ്ഞ് അച്ഛൻ പതിവില്ലാത്ത സ്നേഹത്തോടെ പറഞ്ഞു: 'മോൻ പോയി പഠിച്ചോ'! അടിച്ചുവാരൽ കഴിഞ്ഞ് കളിക്കാനൊരുങ്ങിനിന്ന എനിക്കത് പ്രഹരമായി. മാത്രമല്ല, നാലക്ഷരം പഠിക്കുന്ന 'ചെക്കനെ'ക്കൊണ്ട് ചൂലെടുപ്പിച്ചതിന് അമ്മയ്ക്കന്ന് കണക്കിന് കിട്ടുകയുംചെയ്തു. ഇതെന്നത്തേയും പതിവല്ലേ എന്ന് അമ്മ നിർമ്മമയാവും. അന്നത്തെ രാത്രി ചോറ് തിന്നുകൊണ്ടിരിക്കുമ്പോൾ വലിയ ചില ആലോചനകൾ ക്കുശേഷം അച്ഛൻ പറഞ്ഞു: 'അടുത്തുതന്നെ ഒരുദിവസം നമുക്ക് കോ ഴിക്കോട്ട് പോകാം.'

ഇത്തവണ അത് നടക്കുമെന്ന് എനിക്കെന്തുകൊണ്ടോ ഒരുറപ്പു ണ്ടായി. കാണാൻപോകുന്ന നഗരത്തെക്കുറിച്ചുള്ള വർണ്ണസ്വപ്നങ്ങളാൽ ആ രാത്രി നിറഞ്ഞുകവിഞ്ഞു. പിറ്റേന്ന് മുതൽ പക്ഷേ, കാര്യങ്ങൾ വീണ്ടും പഴയപോലെ. അച്ഛന്റെ പണിത്തിരക്കുകൾ, ഇല്ലായ്മകൾ, നീട്ടി വെക്കലുകൾ.... ചങ്ങാതിമാരോട് പറഞ്ഞ വീമ്പുകൾ എന്നോടുതന്നെയുള്ള പരിഹാസങ്ങളായി. അത്യധികമായ അപമാനത്തോടെയും കഠിനമായ നിരാശകളോടെയും കഴിഞ്ഞുപോകുന്നതിനിടയിൽ മനസ്സിൽ ഒരേയൊരു ലക്ഷ്യമായി ഒരു നഗരം തിടം വെക്കുകയായിരുന്നു. എന്തിനിങ്ങനെ കാത്തുനില്ക്കണം? നാടു വിട്ടുപോയാലോ എന്നാലോചിക്കാത്ത ദിവസങ്ങൾ അപൂർവ്വമായി. ഒളിച്ചോട്ടം ഭീരുക്കൾക്ക് പറഞ്ഞിട്ടുള്ളതല്ല എന്ന് ആ രാത്രികൾ എന്നെ മറ്റൊരു ഭാഷയിൽ ബോദ്ധ്യപ്പെടുത്തിയി രുന്നു. പേടിയിൽനിന്നും ധീരമായ വെളിച്ചത്തിലേക്കുള്ള സാഹസിക പ്രയാണമാണത്. (Elopement is a self kidnapping എന്ന് പിന്നീട് വായി ച്ചറിഞ്ഞു). പൂർത്തിയാവാത്ത ആ ആഗ്രഹം, കാണാനാവാത്ത കോഴി ക്കോട് നഗരം, എന്നെ കൂടുതൽക്കൂടുതൽ അപൂർണ്ണനാക്കിക്കൊണ്ടിരി ക്കുന്നു.

അതിനിടെ സ്കോളർഷിപ്പ് തുക കൈപ്പറ്റിയതോടെ വീണ്ടും അന്തരീക്ഷം മാറിത്തുടങ്ങി. ആദ്യമായി കിട്ടുന്ന കാശാണ്. എന്തു ചെയ്യണം? എട്ട്- എഫിലെ ക്ലാസ് മാഷും ഇംഗ്ലീഷ് മാഷുമായിരുന്നു ദേവദാസ് മാഷ്. പത്താംക്ലാസിൽ കണക്ക് എന്ന കീറാമുട്ടിയെ ചെറു ചെറു കഷണങ്ങളാക്കി മുന്നിലിട്ട് ഞങ്ങളെ വിസ്മയിപ്പിച്ച കണക്കദ്ധ്യാ പകനും ദേവദാസ് മാഷാണ്. മഹാ വില്ലനെന്ന് ഭാവിച്ചെത്തിയ നിരവധി കണക്ക് ചോദ്യങ്ങൾ ദേവദാസ് മാഷിന്റെ ലളിതയുക്തികളുടെ പ്രഹര മേറ്റ് തോറ്റ് തുന്നംപാടി വാലും ചുരുട്ടിയോടുന്നത് കൗതുകമായി ഓർ മ്മയിലുണ്ട്. സ്കോളർഷിപ്പ് തുക കിട്ടിയപ്പോൾ മാഷ് ഉപദേശിച്ചത് ഒരു ഡിക്ഷണറി വാങ്ങാനാണ്. കേട്ടിട്ടുണ്ട് എന്നല്ലാതെ സ്കൂൾ ലൈബ്രറി യിൽപ്പോലും അങ്ങനെയൊന്ന് കണ്ടിട്ടില്ല. മാഷ് തന്നെ വഴിയും പറഞ്ഞു തന്നു: 'കോഴിക്കോട്ടെ വിദ്യാർത്ഥിമിത്രം ബുക്സ്റ്റാളിൽ കിട്ടും.'

പുതിയതും കുറെക്കൂടി ഉറപ്പുള്ളതുമായ ഒരു പിടിവള്ളി കിട്ടിയ ആത്മവിശ്വാസത്താലും സന്തോഷത്താലും ആ ദിവസം കുറെക്കൂടി പ്രകാശനിർഭരമായിരുന്നു. ഇക്കുറി അച്ഛന് ഒഴിഞ്ഞുമാറാൻ പറ്റില്ല.

പഠനത്തിന്റെ ഭാഗമാണ് ഡിക്ഷണറി. വരാനിരിക്കുന്ന ഒരുപാട് പരീ
ക്ഷകൾക്കത് നിർബ്ബന്ധമാണ്. അച്ഛന്റെ ദുർബ്ബലമായ പലപല
മോഹങ്ങളെ ആവർത്തിച്ചെടുക്കാനുള്ള ഉപായമാക്കി ഡിക്ഷണറി വീ
ട്ടിൽ ഒരു മുഴുവൻസമയ ചർച്ചയായി. ഒടുവിൽ കോഴിക്കോട്ട് പോവാ
നും ഡിക്ഷണറി വാങ്ങാനും തീരുമാനമായി. സമയവും തീയതിയും
കുറിക്കപ്പെട്ടു.

അക്കാലത്ത് ചീക്കോട്നിന്ന് ഒരൊറ്റ ബസ് മാത്രമേ സർവ്വീസ്
നടത്തുന്നുള്ളു. രാവിലെ 6.05 ന് കൊണ്ടോട്ടി വഴി കോഴിക്കോട്ടേക്ക്
പുറപ്പെടുന്ന ജനതാ ട്രാവൽസ്. രാത്രി പത്തുമണിയോടെയാണ്
അതിന്റെ തിരിച്ചുവരവ്. ഇടയ്ക്കുള്ള ട്രിപ്പുകളെല്ലാം രണ്ട് കിലോമീ
റ്ററപ്പുറം എടവണ്ണപ്പാറവെച്ച് അവസാനിപ്പിക്കും. ബസിന്റെ മുകളിൽ നി
റയെ വാഴക്കുലകളും അകത്ത് വിരലിലെണ്ണാവുന്ന യാത്രക്കാരുമായി
ചീക്കോട്ടെ ചെമ്മൺപാതയിൽ പൊടിപറത്തിപ്പായുന്ന ജനതാ ബസി
ലിരുന്ന് എന്റെ കോഴിക്കോട് യാത്രയ്ക്ക് സമയമായതായി സ്വയം
ഉറപ്പിച്ചു. ജനതയുടെ കിളി ബീരാൻ, ഞങ്ങൾ ആൺകുട്ടികൾക്ക് പേടി
പ്പെടുത്തുന്ന ഹരമായിരുന്നു. രാവിലെ തോട്ടിൽ കുളിക്കാനെത്തുമ്പോൾ
ബീരാൻക്ക പറയുന്ന നഗരകഥകൾ. അതിലൂടെ വികസിച്ച കോഴിക്കോ
ടിന്റെ മറ്റൊരു ചിത്രം. ബീരാന്റെ നഗരവർണ്ണന കേൾക്കാൻ ഉള്ളിൽ
അടങ്ങാത്ത കൊതിയുമായി ഞങ്ങൾ വട്ടംകൂടും. എന്നാൽ ഏതുനിമി
ഷവും കഥ പറച്ചിലിന്റെ സ്വാഭാവിക ഹരത്തിലെന്നോണം കൃത്യം കാൽ
മുട്ടിന് മുകളിൽ മുറുകുന്ന ആ വൃത്തികെട്ട കൈകളെ ഞങ്ങളെല്ലാം
ഭയപ്പെട്ടു. കൊതിപ്പിക്കുന്ന കഥകളും മടുപ്പിക്കുന്ന പെരുമാറ്റങ്ങളുമായി,
എങ്ങനെ കൈകാര്യം ചെയ്യണമെന്നറിയാത്ത പ്രഹേളികപോലെ
ബീരാൻക്ക ഞങ്ങളെ അതിശയിപ്പിച്ചു. ഒരിക്കൽ ബീരാൻക്ക കുളിച്ച്
കേറിക്കഴിഞ്ഞ് മാത്രം തോട്ടിലിറങ്ങിയതിന്റെ സുരക്ഷിതബോധത്തോ
ടെ കുഞ്ഞിമാൻ എന്ന ഷൗക്കത്തലി വിളിച്ചുചോദിച്ചു: 'അല്ല ബീരാൻക്ക,
ങ്ങള് എത്ര നല്ല മന്ഷ്യരെ കണ്ട്ണ് കോഴിക്കോട്ട്. ങ്ങള് തന്നെ എത്ര
നല്ല മന്ഷ്യനാ. ങക്കീ വെടക്ക് മറ്റേ സൊഭാവൊന്ന് നിർത്തിക്കൂടെ?'
ബീരാൻക്ക തുവർത്തിയുടുത്ത നനഞ്ഞ തോർത്തുമുണ്ടിനടിയിൽ അരു
മയോടെ പരതിച്ചിരിച്ചു. 'ഇതും കോഴിക്കോടിന്റെ സൊബാവാ മോനേ.'

അങ്ങനെ ആ ദിവസമെത്തി. കോഴിക്കോട് പോവുന്നതിന്റെ
തലേദിവസം. എനിക്കിരിക്കപ്പൊറുതിയില്ലാതായി. പക്ഷേ, വൈകുന്നേരം
ജോലി കഴിഞ്ഞെത്തിയ അച്ഛന്റെ മൗനവും ആവേശമില്ലായ്മയും എന്നെ
കുഴക്കി. ചില തടസ്സങ്ങളുണ്ട് എന്ന് സൂചിപ്പിക്കുന്ന പെരുമാറ്റങ്ങൾ
എനിക്ക് പെട്ടെന്നുതന്നെ വായിച്ചെടുക്കാനായി. ഒന്നും വെളിപ്പെടുത്താ
തെ അച്ഛൻ മറ്റൊരു പ്രസ്താവന നടത്തി. "നമുക്ക് വേറൊരു ദിവസം
പോകാം." കനത്ത ഒരടി കിട്ടിയതുപോലെ എന്റെ കാതുകളടഞ്ഞുപോയി.
പിന്നീട് ഞാൻ മറ്റൊന്നും കേട്ടില്ല. കുറെനേരത്തിനുശേഷം സ്ഥലകാ
ലബോധം വന്നപ്പോഴേക്കും എന്റെയുള്ളിൽ ഒരു മരണം നടന്നിരുന്നു.

ഒരു ഭീരുവിന്റെ മരണം. ഭീതിയുടെ മരണം. വളരെ ശാന്തനായി ഞാൻ പറഞ്ഞു. അച്ഛൻ വരണ്ട. ഞാൻ നാളെ പോകും. ആരും ഒന്നും മിണ്ടി യില്ല. വൈകുന്നേരം രാത്രിയിലേക്ക് കനത്തു. ചോറുതിന്നുന്ന നേരത്താ ണ് വീണ്ടും അച്ഛൻ സംസാരം തുടങ്ങിയത്: "അതാ നല്ലത്, ഒറ്റയ്ക്ക് പോയ്ക്കോ. ഒരു പേപ്പറിൽ പേരും അഡ്രസ്സും എഴുതി പോക്കറ്റിലി ടണം." അമ്മയ്ക്ക് കലി കയറി. എട്ടും പൊട്ടും തിരിയാത്ത ചെക്കനെ ഒറ്റയ്ക്ക് കോഴിക്കോട്ടേക്ക് പറഞ്ഞയക്കുകയോ. അതും ഒരു തവണപോലും കാണാത്ത സ്ഥലത്തേക്ക്. അമ്മ സമ്മതിച്ചില്ല. അച്ഛനും അമ്മയും തർക്കവും ചില്ലറ ബഹളങ്ങളുമായി. അതൊന്നും എന്നെ ബാ ധിക്കുന്ന കാര്യങ്ങളല്ലെന്ന തരത്തിൽ ഞാൻ പതിവിലേറെ ചോറകത്താ ക്കിക്കൊണ്ടിരുന്നു. അച്ഛൻ എന്നെ ഒറ്റയ്ക്ക് വിടാനുള്ള തീരുമാനത്തി ലുറച്ചുനിന്നതോടെ അമ്മ അടവുമാറ്റി. അനുനയത്തിൽ എന്റെയടു ത്തെത്തി പറഞ്ഞു: "നാളെ പോണ്ട. അടുത്തയാഴ്ച എന്തായാലും അച്ഛനെക്കൊണ്ട് ലീവെടുപ്പിച്ച് പോവാം. ഇല്ലെങ്കിൽ അമ്മാവനെ വിളി ച്ചുപോകാം. ഇനി മാറ്റിവെക്കില്ല. ഉറപ്പ്." ഒറ്റ ശ്വാസത്തിൽ ഒരുപാട് വാ ഗ്ദാനങ്ങളുമായി ഒറ്റയ്ക്ക് പോവരുതെന്നാവശ്യപ്പെട്ട അമ്മയുടെ ദൈന്യ ത ഞാൻ നിഷ്ഠൂരമായി തള്ളി. തീരുമാനമെടുത്തവർക്ക് മാത്രം കൈവരു ന്ന അപൂർവ്വമായ ഒരു സൈ്ഥര്യത്തിന്റെ ആനന്ദത്തോടെ ഞാൻ കി ടക്കാൻ പോയി. നേരത്തെ ഉണരണം. അഞ്ചരയ്ക്കിറങ്ങണം.

അജ്ഞാതമായ ദ്വീപിലേക്ക് ഒറ്റയ്ക്ക് കപ്പലോടിക്കുന്ന നാവി കനെപ്പോലെ കോഴിക്കോട്ടേക്കുള്ള യാത്രാവഴികളെക്കുറിച്ച് ആലോചി ച്ചാലോചിച്ച് ആ രാത്രി മുരുകിക്കൊണ്ടിരുന്നു. അച്ഛൻ പറഞ്ഞതുപോലെ പേരും വിലാസവും ഇംഗ്ലീഷിലും മലയാളത്തിലും എഴുതിത്തയ്യാറാക്കി വെച്ചു. (അതെന്തിനായിരുന്നുവെന്ന് പിന്നീട് ചോദിച്ചപ്പോഴാണറിയുന്നത്, ബസ് വല്ല അപകടത്തിലുംപെട്ടാലോ നഗരത്തിൽ വഴി തെറ്റിപ്പോയാലോ പൊലീസിന് കണ്ടെത്തി വീട്ടിലെത്തിക്കാനുള്ള ഉപായമാണെന്ന്!). പിറ്റേന്ന് കാണാൻപോകുന്ന നഗരത്തെക്കുറിച്ചുള്ള നിറപ്പകിട്ടാർന്ന സങ്കല്പങ്ങൾ ഒറ്റയ്ക്കുള്ള ആദ്യ യാത്രയെക്കുറിച്ചുള്ള ഉൽക്ക ണ്ഠകളത്രയും ഇല്ലാതാക്കി. പാളയം ബസ്സ്റ്റാൻഡിലെ ആൾത്തിരക്കും മിഠായിത്തെരുവും വലിയങ്ങാടിയുമെല്ലാം പറഞ്ഞുകേട്ട കഥകളിൽനി ന്നും ചിത്രരൂപം പൂണ്ട് മനസ്സിലുണർന്നുവന്നു. കണ്ണ് മയങ്ങുമ്പോഴേക്കും അനേകം വാഹനങ്ങളുടെ നിർത്താതെയുള്ള ഹോൺമുഴക്കങ്ങൾ "കേട്" ഉണരും. വീണ്ടും മറ്റൊരു സങ്കല്പത്തിൽ ചുറ്റിത്തിരിയും. മാനാഞ്ചിറ, അൻസാരിപാർക്ക്, ഇമ്പീരിയൽ ഹോട്ടൽ, കല്ലായി.... കേട്ടറിവുകളിൽ നിന്ന് ജീവനാവാഹിച്ച് സ്വയം വളർന്നുവലുതാവുന്ന ഭാവനാചിത്രങ്ങൾ. തിരിഞ്ഞുംമറിഞ്ഞും കിടന്ന് വെളുപ്പിച്ച ആ രാത്രിയിലെ സങ്കല്പങ്ങൾ ചിട്ടയോടെ അടുക്കിവെച്ചാൽ ലോകത്തിലെ ഏതു നഗരത്തെയും വെല്ലു ന്ന പുതിയൊരു നഗരം പണിയാനാകുമായിരുന്നു.

നാല്പതു കിലോമീറ്റർ ദൂരമേയുള്ളു. ഇരുട്ടുംമുമ്പ് തിരിച്ചെത്തു

കയും ചെയ്യും. എങ്കിലും പേരറിയാത്ത വിദൂരദേശത്തേക്കുള്ള
യാത്രയയപ്പുപോലെ വികാരനിർഭരമായിരുന്നു ആ പ്രഭാതം. പുലരി
യിലെ ഇടവഴിവെളിച്ചത്തിനൊപ്പം നടക്കുമ്പോൾ അകമേ വലിയൊരാ
രവത്തിന്റെ ഗോപുരമുയരുന്നുണ്ടായിരുന്നു. ആഹ്ലാദവും സംഭ്രമവും
ആവേശവും ചേർന്ന് താളമിട്ട ആ സിംഹണിക്കൊപ്പമായിരുന്നു അന്ന്
ജനതാ ട്രാവൽസിന്റെ ടയറുകളുരുണ്ടത്.

അനേകം വാഴക്കുലകൾ മേൽക്കൂരയാക്കിയ 'ജനത'യുടെ അരി
കുസീറ്റിലിരുന്ന് പരിചിതമായ പുറംകാഴ്ചകളിലേക്ക് അപരിചിതനായ
ഒരു സഞ്ചാരിയെപ്പോലെ നോക്കിയിരുന്നു. ഉള്ളിൽ പക്ഷേ, കണ്ടിട്ടുപോ
ലുമില്ലെങ്കിലും ചിരപരിചിതമായ ഒരു നഗരത്തിന്റെ ചിത്രവേഗങ്ങൾ
തിരയിളക്കിക്കൊണ്ടിരുന്നു.

എടവണ്ണപ്പാറയിലെ അരമണിക്കൂർ ഹാൾട്ട്. തുടർന്ന് കൊണ്ടോട്ടി
യിൽ ഇരുപത് മിനിട്ട്. രാമനാട്ടുകരയിൽ വീണ്ടും ഹാൾട്ട്. വേഗം വേഗം
എന്ന എന്റെ ആകാംക്ഷയെ അസ്ഥാനത്താക്കി 'ജനത' ബസ് മൂന്ന്
മണിക്കൂറുകൊണ്ട് പാളയം സ്റ്റാൻഡിലെത്തി. പാളയത്തിലെ പലവി
ധമായ ബഹളത്തിനിടയിലേക്ക് ശൂന്യമായ ബസിനകത്തുനിന്നും
അവസാനത്തെ യാത്രക്കാരനായി ഞാൻ പുറത്തിറങ്ങി. എങ്ങോട്ടു
പോകും? ആരോടു ചോദിക്കും? ഒരെത്തുംപിടിയും കിട്ടാതെ ബസ് സ്റ്റാൻ
ഡിലെ വാഹനങ്ങളുടെയും ആളുകളുടെയും ഇടയിലൂടെ കുറെനേരം
വെറുതെ നടന്നു.

അന്ന് പാളയം ബസ്സ്റ്റാൻഡ് മാത്രമേ ഉള്ളൂ. കോഴിക്കോട്
നഗരത്തിൽ വന്നുപോകുന്ന എല്ലാ ലൈൻബസുകൾക്കുമുള്ള ഒറ്റ
സ്റ്റാൻഡ്. തൊട്ടപ്പുറം പച്ചക്കറി മാർക്കറ്റ്. രാവിലെ എല്ലാ ദിക്കിലും
ആളും ബഹളവുമാണ്. സ്റ്റാൻഡിൽനിന്നും ഏതു ഭാഗത്തേക്ക്
നീങ്ങണമെന്ന് സംശയമായി. വിദ്യാർത്ഥിമിത്രം ബുക്സ്റ്റാൾ എന്നല്ലാ
തെ എവിടെ എന്നൊന്നും അറിയില്ല. റോഡിലേക്കിറങ്ങിയതോടെ മൊ
ത്തത്തിൽ അങ്കലാപ്പായി. വന്ന വഴിയേത്, പോണ വഴിയേത് എന്നൊ
ന്നും അറിയാതെ അക്ഷരാർത്ഥത്തിൽ നട്ടംതിരിയുന്ന അവസ്ഥ. ഉള്ളി
ലെ ആവേശങ്ങൾ പേടിയായി മാറുന്നതിന്റെ വിവശത മുഖത്ത് വിയർ
പ്പുകണങ്ങളായി. റോഡിൽനിന്നും വീണ്ടും ബസ്സ്റ്റാൻഡിൽ വന്ന്
'ജനത' പാർക്ക് ചെയ്തിരിക്കുന്നിടം വരെയുള്ള വഴി ഒന്നുകൂടി ഉറപ്പു
വരുത്തി. അത് മടങ്ങിപ്പോകാൻ മണിക്കൂറുകൾ ബാക്കിയുണ്ട്. വീണ്ടും
പഴയപോലെ റോഡിലേക്ക്. പിന്നെയും ബസിനടുത്തേക്ക്. ഇത്രയും ദൂരം
ഹൃദിസ്ഥമായി തോന്നിയപ്പോൾ ചെറിയൊരാത്മവിശ്വാസമായി. അത്
വച്ച് മുന്നിൽകണ്ട ഒരാളോട് വിദ്യാർത്ഥിമിത്രത്തിലേക്കുള്ള വഴി ചോദിച്ചു.
അയാൾ ചൂണ്ടിയ ദിശയിൽ വീണ്ടും കുറച്ചുദൂരം. പിന്നെയും തിരിച്ച്
സ്റ്റാൻഡിലേക്ക്. ഇങ്ങനെ പലപല ഇടവേളകളിൽ മുറിച്ചും ഏച്ചുകൂട്ടി
യും ബസ്സ്റ്റാൻഡിൽനിന്ന് വിദ്യാർത്ഥിമിത്രം ബുക്സ്റ്റാളിലെത്തി
യപ്പോൾ എവറസ്റ്റ് കീഴടക്കിയ ടെൻസിങ്ങിന്റെ ആഹ്ലാദം ആ എട്ടാംക്ലാ

സുകാരന് കൂടുതൽ വെളിപ്പെട്ടിട്ടുണ്ടാവണം. (പിന്നീട് പാളയം സ്റ്റാൻഡും വിദ്യാർത്ഥിമിത്രം ബുക്സ്റ്റാളും തമ്മിലുള്ള "ദീർഘമായ ദൂരം" കണ്ട് ഞാൻ നാണിച്ചുപോയിട്ടുണ്ട്).

ഒരു ബുക്സ്റ്റാളിൽ ആദ്യമായി കയറുകയാണ്. ബഷീർ, എംടി, പുനത്തിൽ, തിക്കോടിയൻ, കക്കാട്.... എഴുത്തുകാരുടെ കോഴിക്കോടൻ നിരയെക്കുറിച്ചൊക്കെ ചെറിയ രീതിയിൽ കേട്ടിട്ടുണ്ട്. ചിലതൊക്കെ വായിച്ചിട്ടുമുണ്ട്. എനിക്കുപക്ഷേ, ഒന്നും നോക്കേണ്ട. "ഡിക്ഷണറിയുണ്ടോ?" ഒറ്റ ചോദ്യം. കടക്കാരൻ മേശപ്പുറത്തുനിന്ന് പലതരം ഡിക്ഷണറികൾ എടുത്തുകൊണ്ടിരിക്കുമ്പോൾ ഞാൻ തിരിച്ചുപോകാനുള്ള വഴിയുടെ രേഖാചിത്രങ്ങൾ മനസ്സിലൊന്നുകൂടി കറുപ്പിച്ചെടുക്കുകയായിരുന്നു.

ഇരുപത് രൂപയുടെ ചുവന്ന പുറംചട്ടയുള്ള റോയൽ ഇംഗ്ലീഷ്-മലയാളം ഡിക്ഷണറിയുമായി ഞാൻ വിദ്യാർത്ഥിമിത്രത്തിന്റെ പടിയിറങ്ങി. ഓർമ്മയിലെ വഴികൾ തെളിച്ച് നേരെ ബസ്സ്റ്റാൻഡിലേക്ക്. പുറപ്പെടാൻ പിന്നെയുമേറെ നേരമുള്ള ബസിനകത്തുകയറി വേവലാതികളൊന്നുമില്ലാതെ സംതൃപ്തിയോടെ കാത്തിരുന്നു.

പിന്നീട് മൂന്നുനാല് വർഷങ്ങൾ കൂടി കഴിഞ്ഞുകാണണം, ഞാൻ കോഴിക്കോട്ടെ നിത്യസന്ദർശകനായി. സിനിമയും നാടകവും മതിവരാത്ത സംഗീതവും തന്ന് നഗരം എന്നെ വീണ്ടുംവീണ്ടും പ്രലോഭിപ്പിച്ചുകൊണ്ടിരുന്നു. ക്രൗൺ തിയേറ്റർ തുറന്നിട്ട ഹോളിവുഡ് ലോകങ്ങൾക്ക് സമാന്തരമായി ഒഡേസയും ഡയലോഗ് ഫിലിംസൊസൈറ്റിയും അശ്വനി ഫിലിം സൊസൈറ്റിയും സിനിമയുടെ മറ്റൊരുതരം ലോകം സമ്മാനിച്ചു. ചലച്ചിത്രഗാനങ്ങളുടെയും കർണ്ണാടകസംഗീതത്തിന്റെയും നേർ രേഖകൾ സൗമ്യമായി ഉല്ലംഘിച്ച് ഹിന്ദുസ്ഥാനിയുടെ ആഴക്കടൽനാദം പുതിയ ഈണങ്ങൾ തന്നു. മാനാഞ്ചിറയും കടപ്പുറവും സ്ഥായിയായ ചങ്ങാത്തങ്ങളുടെ വിളഭൂമിയായി. സ്നേഹവിശ്വാസങ്ങളുടെ രുചിക്കൂട്ടുകൾ ചേർത്ത് ആതിഥ്യമരുളിയ തെരുവുകൾ അപരിചിതമായ ജീവിതലഹരികൾ പകർന്ന് കൂടുതൽ പ്രിയങ്കരങ്ങളായി. കവിതയും പ്രണയവും രാഷ്ട്രീയവും ഒരേ കുടക്കീഴിൽ ഒരുമിച്ചുനടന്ന സംക്രമണകാലം...

പിന്നെയും ഒരു പതിറ്റാണ്ടിനുശേഷം കോഴിക്കോടിന്റെ നേരും നന്മയുമറിഞ്ഞ് ഇവിടത്തുകാരനായി. പക്ഷേ, അന്ന് പുറപ്പെടാൻ കാത്തിരിക്കുന്ന 'ജനത'ബസിൽ ഒറ്റയ്ക്കിരുന്ന് അടക്കിപ്പിടിച്ച ആഗ്രഹങ്ങളും വിങ്ങിപ്പൊട്ടുന്ന മനസ്സുമായി ആ എട്ടാംക്ലാസുകാരൻ കണ്ട കോഴിക്കോടിനോളം വരില്ല, പിന്നീട് കണ്ട കാഴ്ചകളൊന്നും. ചുവന്ന ചട്ടയുള്ള ആ ഇംഗ്ലീഷ്- മലയാളം ഡിക്ഷണറി വാക്കുകളുടെ അർത്ഥങ്ങളിലേക്ക് മാത്രമല്ല അവനെ നയിച്ചത്. വികാരങ്ങളുടെ, സ്നേഹവായ്പുകളുടെ, ജീവിതാവബോധങ്ങളുടെ, വിശ്വാസസംഹിതകളുടെ വലിയൊരു ലോകമാണത് തുറന്നത്. കലയും സംസ്കാരവും രാഷ്ട്രീയവും കളിയും വ്യാപാരവും സാഹിത്യവുമെല്ലാം പരസ്പരം ഇഴചേർന്ന് മനുഷ്യമഹത്ത്വ

ത്തിന്റെ മഹാഗാഥയായി തീരുന്നതിന്റെ അർത്ഥവും ആഴവുമെല്ലാം വായി
ച്ചെടുക്കാവുന്ന, വായിച്ചാലും വായിച്ചാലും തീരാത്ത ഒരു വലിയ ഡിക്
ഷണറിയായി കോഴിക്കോട് ചരിത്രത്തിനുമുമ്പിൽ ഇപ്പോഴും തുറന്നു
കിടക്കുകയാണ്.

5

വേദനയുടെ ഹർഷോന്മാദം

ഒരു മനുഷ്യനിൽ വേദന പൊട്ടിമുളയ്ക്കുന്ന കാലമുണ്ടോ? പിച്ച വെക്കുന്ന പ്രായം പോലെ, പല്ല് മുളയ്ക്കുന്ന കാലം പോലെ, സമസ്ത ധമനികളിലും ഭാരമില്ലാത്ത ചുവടുകളുമായി വേദന നൃത്തം ചവിട്ടുന്ന കാലം. ഓരോ അണുവിലും വേറിട്ടറിഞ്ഞനുഭവിക്കുന്ന ആനന്ദം. ഭൂമി യിലും ആകാശത്തും മറ്റേതെങ്കിലും ലോകങ്ങളുണ്ടെങ്കിൽ അവിടെയും നുരയുന്ന നാനാതരം ലഹരികളേക്കാൾ, വിവശമായ പ്രാണനെ ഹർ ഷോന്മാദിയാക്കുന്ന ഹൃദയവേദന. ഏത് കൊടുങ്കാറ്റിനേയും അതിജീ വിക്കാനാവുന്ന ആർജ്ജവവും ഒരിളം കാറ്റിന് പോലും വശംവദമാകുന്ന ദൗർബല്യവും ചേർന്ന് അലങ്കോലമാക്കിയ കൗമാരത്തിന്റെ പടവുകളിൽ വെച്ചാണ് അതെന്നെ ആവേശിക്കുന്നത്. നിയന്ത്രണങ്ങളില്ലാത്ത വികാരവിക്ഷോഭങ്ങൾക്കിടയിലും സന്തുലനത്തിന്റെ നിർമ്മമമായ മന്ത്രച്ചരടിനാൽ ബന്ധിച്ച്, ചിരിയിലും കണ്ണീരിലും ഒപ്പം നിന്ന് ജീവി തത്തിന്റെ ആകസ്മിക സൗന്ദര്യങ്ങളെ വാറ്റിക്കുടിക്കാൻ പ്രേരിപ്പിച്ചത്. പ്രണയത്തിന്റെ അലൗകിക ഭംഗികൾ തെളിച്ച് ഓരോ വിസ്മയ നിമി ഷങ്ങളേയും അർത്ഥഭരിതമാക്കിയത്.... നിലാവ് വികൃതമാക്കിയ ഏതോ ശോകരാത്രിയുടെ മടിയിൽ തലവെച്ച് കിടന്ന കൊണ്ടോട്ടി തുറക്കലിലെ 'കല്ലാടത്ത്' വീട്ടിന്റെ കുടുസ്സുമുറിയിലെ പഴയൊരു പാട്ടുപെട്ടിയിൽനി ന്ന് മടിച്ച് മടിച്ചെത്തി എനിക്ക് മുമ്പിൽ അല്പാല്പമായി അനാവൃതമായ അജ്ഞാത സംഗീതം. അതുവരെയില്ലാത്ത ഒരറിവില്ലായ്മയിൽ കൂടു തൽക്കൂടുതൽ നിരഹങ്കാരിയായി. തബലയും ഹാർമ്മോണിയവും സിതാറിന്റെ വലിഞ്ഞുമുറുകിയ വൈകാരികതയും അർത്ഥമറിയാത്ത ഭാഷയെ കൂടുതൽ സുതാര്യവും വ്യക്തവുമാക്കി. 'യേ ദിൽ, യേ പാ ഗൽ ദിൽ മേരാ' എന്ന് അതെന്നെ ഏറ്റവും സാന്ദ്രമായി പരിഭാഷപ്പെടു

ത്തി. ആവർത്തിച്ച് കേട്ട ആ ആദ്യാനുഭൂതിയെ 'ഗുലാം അലിയുടെ ഗസൽ' എന്ന് സുഹൃത്ത് ഷാനവാസ് പരിചയപ്പെടുത്തി.

യേശുദാസും ജയചന്ദ്രനും കഴിഞ്ഞാൽ വി എം കുട്ടിയും വിളയിൽ വത്സലയുമായിരുന്നു ഞങ്ങൾ ചീക്കോട്ടുകാരുടെ പാട്ടുകാർ. ചിലപ്പോ ഴെങ്കിലും രണ്ടാമത് പറഞ്ഞവരായിരുന്നു ആദ്യസ്ഥാനക്കാർ. "കാഫ് മല കണ്ട പൂങ്കാറ്റും" "കിരികീരി പെരുപ്പിൻമേൽ അണഞ്ഞുള്ള മണ വാട്ടി"യും വയലേലകളിലും കുന്നിൻ ചെരുവുകളിലും ഏറ്റവും പുതിയ കോരിത്തരിപ്പുകളായിരുന്ന കാലം. ഉൽകൃഷ്ട സംഗീതത്തിന്റെ ആദ്യവും അവസാനവും ചലച്ചിത്ര ഗാനങ്ങളായിരുന്നു. ടേപ്പ് റിക്കാർഡറുകൾ കണ്ടു പിടിച്ച് വരുന്നതേയുണ്ടായിരുന്നുള്ളു. അത്യപൂർവ്വമായ ചില ഗൾഫുകാ രുടെ വീടുകളിൽ 'അതിസമ്പന്നത'യുടെ അടയാളമായി ബാറ്ററിപ്പെട്ടി യും ടേപ്പ് റിക്കാർഡറും പരിലസിച്ചു. പ്രണയവിരഹങ്ങളുടെ മരുക്കാറ്റ് പോലെ കത്ത് പാട്ടുകൾ അക്കാലത്തിന്റെ ഇതിഹാസങ്ങളായി. അത്യന്തം സമൃദ്ധമായ ഇത്തരമൊരു സംഗീതപശ്ചാത്തലത്തിലൊരി ടത്തും ഗസലുകളുണ്ടായിരുന്നില്ല. അപരിചിത വിഷാദങ്ങളുണ്ടായിരു ന്നില്ല. പാടിയതിലപ്പുറം, കേട്ടതിലപ്പുറം പാട്ടിൽ ഒന്നുമില്ലാതിരുന്ന ഞങ്ങളുടെ നാടിന്റെ സംഗീത പാരമ്പര്യത്തിൽ എനിക്കന്ന് ആദ്യമായി കഠിനമായ അപമാനം തോന്നി. മൾട്ടിബാന്റ് റേഡിയോസെറ്റിലെ മോസ്കോ നിലയത്തിലെ റഷ്യൻ സംഗീതംവരെ ശ്രവിച്ചനുകരിച്ചിരുന്ന ഞാൻ, ഗസൽ കേട്ടില്ലല്ലോ എന്നത് അത്യധികമായ കുറ്റബോധമായി. കല്ലാടത്ത് വീട്ടിലെ ആ രാത്രി മുഴുവൻ അലിയെ കേട്ട്കേട്ട് കൂടുതൽ മൃദുവായിത്തീർന്ന എന്റെ കാതുകൾക്ക് പുലരിയുടെ ശബ്ദങ്ങളെല്ലാം സംഗീതമായി. പോരുമ്പോൾ കൂടെക്കരുതിയ ഗുലാംഅലിയുടെ കാസെറ്റ്, അപരിഷ്കൃതരായ ഒരു കൂട്ടമാളുകളെ വിമലീകരിക്കാനുള്ള വിശുദ്ധ ഗ്രന്ഥമെന്നപോലെ ഞാൻ നെഞ്ചോട് ചേർത്ത് പിടിച്ചു. കൊണ്ടോട്ടി – എടവണ്ണപ്പാറ ബസിലെ സൂചികുത്താനിടമില്ലാത്ത തിരക്കിനിടയിലും എന്റെ ശരീരം ഒരു ടേപ്പ് റിക്കാർഡറായി. തലേന്ന് കേട്ട പാട്ടുകളുടെ മധുരോർമ്മകൾ വൈദ്യുതപ്രവാഹമായി. ഗുലാംഅലി എന്നിൽനിന്നും പാടാൻ തുടങ്ങി.

'ഹംകോ കിസ്കേ ഗരം ന മാരേ...'

ഉറുദു അതുവരെ ഒരു തമാശയായിരുന്നു. വിരലിലെണ്ണാവുന്ന കുട്ടി കളുടെ രണ്ടാം ഭാഷ. സ്കൂളിൽ ഉറുദു പഠിക്കുന്നവരെ എന്തോ വൈകല്യ മുള്ളവരെപ്പോലെ പരിഗണിച്ചുപോന്നിരുന്നു. അറബിയുടെയും മലയാ ളത്തിന്റെയും മൃഗീയ ഭൂരിപക്ഷത്തിന് കീഴിൽ ഞെരിഞ്ഞൊതുങ്ങിയ ഒരു കുഞ്ഞുഭാഷയ്ക്ക് ഇത്രയേറെ വിശാലമായ ആകാശങ്ങളുണ്ടെന്ന് ഗുലാം അലി മറ്റൊരു ഭാഷയിൽ പഠിപ്പിച്ചു. ഏഴല്ല, എഴുപതിനായിരം വർണ്ണങ്ങളിൽ വിടർന്നുല്ലസിക്കുന്ന അതിലെ മഴവില്ലുകൾ കാട്ടിത്തന്നു.

ഓരോ വാക്കിന്റെയും അർത്ഥം തിരഞ്ഞ് ഉറുദിന്റെ അബുമാഷെ തേടി നടന്നു. പിന്നെപ്പിന്നെ മാഷിനുപോലുമറിയാത്ത അർത്ഥങ്ങൾ എന്റെ വെളിപാടുകളായി. ഓരോ തവണ കേൾക്കുമ്പോഴും ഓരോ അർത്ഥങ്ങൾ, ഓരോ ഭാവങ്ങൾ. കേവല ഭാഷയ്ക്കതീതമായ ആന്തരികാർത്ഥങ്ങൾ കൊണ്ട് ഞാൻ പൊറുതിമുട്ടി. "ഹംഗാമാ ഹൈ ക്യോൻബാർവ, തോടി സെ..." രാവിലെയും ഉച്ചയ്ക്കും വൈകുന്നേരവും രാത്രിയിലും ഓരോ രോ അർത്ഥങ്ങൾ തന്ന് അതെന്നെ വിസ്മയിപ്പിച്ചു. നിലാവുള്ളപ്പോൾ ഒന്ന്, അല്ലാത്തപ്പോൾ മറ്റൊന്ന്. മഴയിൽ ഒന്ന് വെയിലിൽ ഒന്ന്... ഋതു ക്കൾക്കൊപ്പം മാറുന്ന അർത്ഥമുള്ള അത്ഭുതഭാഷയായി ഉറുദുവിനെ മാറ്റിയ ഗുലാംഅലി, സംഗീതത്തെ സർവ്വഭാഷകളുടേയും ലായനിയാക്കി. വ്യത്യസ്തകളുടെ മേളനമാക്കി. വിപരീതങ്ങളില്ലാത്ത സമന്വയമാക്കി.

ഫാറൂഖ് കോളേജിലെ ബ്രീസ് ലോഡ്ജിലിരുന്ന് ഒരിക്കലും ശ്രുതി ശരിയാകാത്ത തന്റെ ഗിറ്റാർ തന്ത്രികൾ തലോടിക്കൊണ്ട് ഫിറോസ് പറയുമായിരുന്നു: "നല്ല ചടയൻ ഗഞ്ചനടിച്ച് തൊണ്ട വരളും. അപ്പോൾ അസ്സൽ നാടൻ വാറ്റ് രണ്ടിറക്ക്". ആൾക്കൂട്ടത്തിലെ അദ്ധ്യായങ്ങൾ വാ യിച്ച് തലയിൽ ഇരുട്ട് നിറയുമ്പോൾ അലിയുടെ ഗസൽ കേൾക്കുമ്പോ ലെ എന്ന് ഞാൻ പൂരിപ്പിക്കും. കൗമാരത്തിന്റെ ജ്ഞാതവും അജ്ഞാ തവുമായ വിഹലതകളെയെല്ലാം ആനന്ദത്തോടെ ആശ്ലേഷിച്ചാസ്വദി ക്കാൻ ഞങ്ങൾക്കൊപ്പം അലിയുടെ കാസറ്റുകൾ കൂട്ടുവന്നു. മെഹ്ദി, ജഗ്ജിത്, ആബിദാ പർവീൺ.... ഗസലിന്റെ അനുഭവലോകങ്ങളെ അനു പമമാക്കിയ മഹാരഥന്മാരുടെ നെടുനീളൻ നിര, സവിശേഷമായൊരു വംശാവലിപോലെ ഞങ്ങളിൽ കെട്ടുപിണഞ്ഞു കിടന്നു. എങ്കിലും ആദ്യാ നുരാഗത്തിന്റെ വിലോഭനീയമായ ചാരുതയായിരുന്നു ഗുലാംഅലി.

'നാട്ടിലാകെ പാട്ടായ'തുപോലെ ജീവിതവും പല വഴിക്ക് ചിതറി ക്കൊണ്ടിരുന്നു. അതും ഇതും ഏതും ആയി മാറാൻ വെമ്പിയ വൈകാ രിക സന്ധികൾ. ആശാനും വൈലോപ്പിള്ളിയും സച്ചിദാനന്ദനും തുണച്ചതുപോലെത്തന്നെ മിർസാഗാലിബും അമീർ ഖുസ്രുവും മൊഹസിൻ നഖ്വിയും അക്ബർ അലഹബാദിയുമൊക്കെ ഈ സന്ദി ഗ്ധതകളെ മറികടക്കാൻ കുറച്ചൊന്നുമല്ല തുണച്ചത്. സദാ സമൃദ്ധമാ യിരുന്നു ഈ കവികളുടെ മുന്തിരിത്തോപ്പുകൾ. അവിടെ അസുലഭ ലഹരിയാർന്ന വീഞ്ഞുമായി ഗുലാം അലി എന്ന മാന്ത്രികനുണ്ട്. ആത്മാ വിന് അർഹിക്കുന്ന ലഹരി നല്കി ഓരോരുത്തരേയും അവനവന്റെ ആനന്ദങ്ങളിലേക്ക് ആനയിച്ചുകൊണ്ടിരുന്നു.

'ഹൃദയത്തിലുറുന്ന പ്രണയവീഞ്ഞാ'യി, ആ മധുരസംഗീതം പതി റ്റാണ്ടുകളായി കൂടെപ്പാർക്കുന്നു. ഇപ്പോൾ ഷാനവാസ് കൊനാരത്തിനൊ പ്പമുള്ള അപൂർവ്വ സുന്ദര സിറ്റിങ്ങുകളിൽ മാത്രമേ പലപ്പോഴും ഗുലാം അലി പാടാറുള്ളൂ. കേട്ടില്ലെങ്കിലും ഉള്ളിൽനിന്ന് പാടുന്ന മായികത ഗുലാം അലിക്കേ ഉള്ളൂ. അത്യധികമായ അടുപ്പത്തോടെ, പ്രാണനിൽ ചേർന്ന

ഒരാളെപ്പറ്റിയെന്നോണം ഗുലാം അലിയെക്കുറിച്ച് പറയുമ്പോൾ അവൾ ചോദിക്കും: 'നിങ്ങളതിന് കൂടുതൽ കേൾക്കുക, ജഗ്ജിത് സിങ്ങിനെയല്ലേ?' ശരിയാണ്. ജഗ്ജിത് സിങ്ങിനെ എനിക്ക് ഇടയ്ക്ക് കേട്ടുകൊണ്ടിരിക്കണം. ഗുലാം അലി പക്ഷേ, പി ആർ രതീഷ് കവിതയിൽ പറയുമ്പോലെ 'ഒരി ക്കൽ പെയ്താൽ മതി, ജീവിതം മുഴുവൻ ചോർന്നൊലിക്കാൻ!'

6

ഇരുട്ടുമരവും പെങ്ങളും

കണ്ണും കാതും കൂർപ്പിച്ച ആകാംക്ഷയുടേതായിരുന്നു കുട്ടിക്കാ ലത്തെ സന്ധ്യകൾ. മലയോരത്ത് ഒറ്റപ്പെട്ടു നില്ക്കുന്ന ചെറിയ വീട്ടിൽ നിന്നും ഒറ്റയ്ക്കിറങ്ങിപ്പോകുന്ന മെലിഞ്ഞുനീണ്ട ചവിട്ടുവഴിയിൽ ഇരുട്ടു പരക്കാൻ തുടങ്ങുന്നുണ്ടാവും. അതിലൂടെ വേഗത്തിൽ കൈവീശി നടന്ന ടുക്കുന്ന ഒരാൾരൂപം അച്ഛനായിത്തീരുംവരെ ശ്വാസമടക്കിയ ആകാം ക്ഷകൾ വയറിനകത്ത് തിക്കിത്തിരക്കും. വീടും ജോലിയുമല്ലാതെ മറ്റ് ശീലക്കേടുകളൊന്നുമില്ലാത്ത അച്ഛന്റെ മടക്കം ഏതാണ്ടെല്ലാ ദിവസവും ഒരേ നേരത്തായിരിക്കും. ഏതെങ്കിലുമൊരു ദിവസം അതിത്തിരി തെറ്റി യാൽ വയറിനകത്ത് കത്തിത്തുടങ്ങിയ ആശങ്കകൾ അമിട്ടുകളായി പൊട്ടിച്ചിതറും. അതിന്റെ എരിപൊരി സഞ്ചാരത്തിൽ വന്നുചേർന്നേക്കാ വുന്ന ദൗർഭാഗ്യങ്ങൾ പരമാവധിയായി കൺമുന്നിൽ തെളിയും. സംഭ വിച്ചേക്കാവുന്ന അപകടങ്ങളെക്കുറിച്ചുള്ള ചിന്തകൾ ഏതെങ്കിലുമൊക്കെ ഊടുവഴികളിലൂടെ സഞ്ചരിച്ച് ഇത്തിരിനേരംകൊണ്ട് 'മരണ'ത്തിലെ ത്തും. വീടിന്റെ ഒരേയൊരാശ്രയമായ അച്ഛൻ ഏതോ അത്യാപത്തിൽ പ്പെട്ട് ഇതാ ഇല്ലാതായിരിക്കുന്നു! കൈകാലുകൾ തളരും. കണ്ണുകൾ നിറഞ്ഞുകവിയും. അമ്മയും അനിയത്തിയും കാണുന്നില്ലെന്ന് ഉറപ്പുവ രുത്തി ഏങ്ങലടിക്കാൻ ശ്രമിക്കും. അതിനിടയിലും മൂത്ത മകന്റെ ഉത്ത രവാദിത്ത ബോധം പതുക്കെ തല നീർത്തും. ഇനി വീടിന്റെ ചുമതല കൾ എന്റെ കൈകളിലാണ്. എന്തുചെയ്യും? പഠനം മൂന്നാംക്ലാസിൽത്തന്നെ നിർത്തി പരിചയക്കാരായ ചേട്ടന്മാരോടൊപ്പം കൂലിപ്പണിക്കു പോവാം. സ്കൂൾ സമയത്തിന് മുമ്പ് പത്രവിതരണവും സ്കൂൾവിട്ട് മീൻകച്ചവടവും നടത്തി വേണമെങ്കിൽ എല്ലാം ഒരുമിച്ചു കൊണ്ടുപോവാം.... പലവിധമാ യ പദ്ധതികളും കണക്കുകൂട്ടലുകളുമായി ശിഷ്ടജീവിതത്തിന്റെ രൂപരേഖ

ഏറക്കുറെ തയ്യാറായി വരുമ്പോഴേക്കും ഇരുട്ടിൽ മിന്നിത്തെളിയുന്ന ചൂ ട്ടുവെട്ടത്തിൽ അച്ഛന്റെ രൂപം തെളിഞ്ഞുവരും.

പൊരുത്തപ്പെടാനാവാത്ത ആപദ്വിചാരങ്ങളെയും അത്യാഹിതങ്ങ ളെയും അതിജീവിക്കാനുള്ള മനസ്സിന്റെ താല്ക്കാലിക ഉപായങ്ങളായി രിക്കണം ഇത്തരം ദുരന്തസ്വപ്നാടനങ്ങൾ. മുതിർന്നപ്പോൾ അവയും എന്നോടൊപ്പം വളർന്നു. ഏതു സാഹചര്യത്തെയും മനസ്സിടറാത്ത നേർ ക്കുനേർ അഭിമുഖീകരിക്കാൻ ഞാനറിയാതെ അതെന്നെ പരിശീലിപ്പി ച്ചുകൊണ്ടിരുന്നു.

കോഴിക്കോട് മെഡിക്കൽ കോളേജിലെ ന്യൂറോളജി വാർഡിൽ പെങ്ങളുടെ അസുഖക്കിടക്കയ്ക്കരികിലെ ജനലിലൂടെ നിസ്സഹായനായി പുറത്തേക്ക് നോക്കിയിരിക്കേ സ്വയം രക്ഷിക്കാനുള്ള ഉപായശീലങ്ങൾ ആവർത്തിക്കാൻ തുടങ്ങി. തലച്ചോറിനകത്ത് കട്ടപിടിച്ച രക്തം അവ ളുടെ മസ്തിഷ്കത്തിന്റെ പ്രവർത്തനങ്ങൾ അപ്പാടെ ഉലച്ചിരിക്കുന്നു. മുഖം കോട്ടി, വായിൽനിന്ന് നുരയും പതയുമൊലിപ്പിച്ച് കൈകാലുകളി ട്ടടിച്ച് അവൾ തളർന്നിരിക്കുന്നു. വല്ലപ്പോഴും ബോധം തെളിയുമ്പോൾ പരസ്പര ബന്ധമില്ലാതെ എന്തൊക്കെയോ പുലമ്പുന്നു. വന്നിട്ട് നാലു ദിവസമായെങ്കിലും ഒരു കുറവുമില്ല. വ്യക്തമായ മറുപടി തരാതെ നിഗൂ ഢമായ നിശ്ശബ്ദതയുമായി ഡോക്ടർമാർ. കാര്യങ്ങൾ അത്ര പന്തിയല്ലെന്ന് എന്റെ മനസ്സിലും ആശങ്കകൾ ചിറകടിച്ചു തുടങ്ങി. ഒരേയൊരു പെങ്ങ ളാണ്. ആദ്യകാല കൂട്ടുകാരിയാണ്. വിങ്ങിത്തുടങ്ങിയ മനസ്സിന്റെ ശൂന്യ തയിൽനിന്ന് രക്ഷയ്ക്കായി ഭാവനയുടെ പാരച്യൂട്ട് വിടർന്നു. പെങ്ങളി ല്ലാത്ത 'ഭാവി' കൺമുന്നിൽ തെളിയാൻ തുടങ്ങി. വിദേശത്തുള്ള അവ ളുടെ ഭർത്താവിനെ വിവരമറിയിക്കണം. പതിനെട്ടുദിവസം മാത്രം പ്രായമുള്ള കുഞ്ഞിനെ എന്തുചെയ്യും? അവളെ ആശുപത്രിയിലേക്കെ ടുത്ത നിമിഷം പൂജാമുറിയിൽ കേറി വാതിലടച്ച അച്ഛനോട് എങ്ങനെ പറയും? ചന്തം മാഞ്ഞ ചിന്തകൾ പല വഴിക്ക് പാഞ്ഞു. പരിശീലിച്ച് പ രിചയിച്ച വ്യായാമമുറകൾക്കിടയിൽ ഓർക്കാപ്പുറത്തൊരു കോച്ചിപ്പിടു ത്തംപോലെ പൊടുന്നനെ ഞാൻ നിശ്ചലനായി. കണ്ണുകളിൽ ഇരുട്ട് നി റഞ്ഞു. കാലുകളിലൂടെ ഒരു ഭീതി വിറച്ചുകേറിത്തുടങ്ങി. അനങ്ങാനാ വുന്നില്ല. ഒഴുകിക്കൊണ്ടിരുന്ന ഒരു നദി, വഴിമദ്ധ്യേ പെട്ടെന്ന് ഇല്ലാതാ യി. കാതുകളിൽ ശൂന്യമായ ഒരു മുഴക്കം മാത്രം. ഏതൊക്കെയോ ഒരു വിധം ഞാനെന്നെ വീണ്ടെടുക്കുമ്പോൾ ഓപ്പറേഷൻ തിയേറ്ററിൽ ന്യൂ റോ സർജന്റെ മുന്നിൽനിന്ന് കിതയ്ക്കുകയായിരുന്നു. ഡോക്ടറെന്നെ അവിശ്വാസത്തോടെയും തെല്ല് പരിഭ്രമത്തോടെയും നോക്കി നില്ക്കു കയാണ്. എന്തെങ്കിലുമൊരു വഴിയില്ലേ ഡോക്ടർ?' അടുക്കിപ്പെറുക്കിവെച്ച മനസ്സൊന്നാകെ അയാൾക്കു മുമ്പിൽ ചിതറിവീണു.

ഓപ്പറേഷൻ തിയേറ്ററിൽ അനുവാദം കൂടാതെ കടന്നുചെന്നതിലുള്ള അമർഷമുണ്ട് അദ്ദേഹത്തിന്റെ മുഖത്ത്. എന്നാൽ അത്യന്തം പരിക്ഷീ ണനായി, അർദ്ധ ഭ്രാന്താവസ്ഥയിലെത്തിയ ഒരു ചെറുപ്പക്കാരനോടുള്ള

അനുകമ്പയുമുണ്ട്. മുറിയുടെ ഒരു വശത്തേക്ക് എന്നെ മാറ്റി നിർത്തി ഡോക്ടർ പറഞ്ഞു. 'ദയവായി നിങ്ങളിങ്ങനെ പെരുമാറരുത്. കാര്യങ്ങൾ ഞാൻ നിങ്ങളോട് പറഞ്ഞതാണ്. പ്രസവസമയത്ത് കട്ടുപിടിച്ച രക്തം ഞരമ്പിലൂടെ സഞ്ചരിച്ച് തലച്ചോറിലെത്തിയിരിക്കുകയാണ്. കട്ടയായ ആ രക്തം അലിയാനുള്ള മരുന്നുകളാണ് നമ്മൾ കൊടുത്തുകൊണ്ടിരി ക്കുന്നത്.

'പക്ഷേ, നാലു ദിവസമായിട്ടും ഒരു കുറവുമില്ലല്ലോ ഡോക്ടർ' ഞാന യാളെ മുഴുവനാക്കാനനുവദിച്ചില്ല. 'മറ്റെന്തെങ്കിലും വഴിയില്ലേ?' 'കുറച്ച് റിസ്കാണ്' മരുന്ന് ഫലം ചെയ്യുന്നില്ലെങ്കിൽ സർജറി വേണ്ടിവരും. ഓപ്പൺ ബ്രയിൻ സർജറി എന്നു പറയുമ്പോൾ..... 'ഡോക്ടർ എന്നെ നോക്കി. ഏതായാലും രണ്ടു ദിവസം കൂടി കാക്കാം. നിങ്ങൾ സമാധാന മായി പ്രാർത്ഥിക്ക്. അദ്ദേഹം കാത്തുനിന്നിരുന്ന മറ്റ് ഡോക്ടർമാർക്കൊപ്പം തിയേറ്ററിനകത്തേക്ക് കേറിപ്പോയി.

തിരിച്ച് വാർഡിലെത്തുമ്പോൾ പെങ്ങൾ ഫിറ്റ്സെടുത്തു തുള്ളുക യാണ്. തൊട്ടപ്പുറത്ത് അമ്മയുടെ മടിയിൽ ദിവസങ്ങൾ മാത്രം പ്രായ മായ അവളുടെ ആദ്യസന്താനം നാരങ്ങാ നീരിറക്കാതെ കരയുന്നു. ര ണ്ട് സിസ്റ്റർമാർ പെങ്ങളുടെ ശരീരം കട്ടിലിനോട് ചേർത്ത് അമർത്തിപ്പി ടിച്ചിരിക്കുകയാണ്. അമ്മയാണെങ്കിൽ കരച്ചിലോട് കരച്ചിലും. എനിക്കാ കെ ഭ്രാന്തു കേറുന്ന പോലെയായി.

ഒരു കുഴപ്പവുമില്ലായിരുന്നു. വീട്ടിനടുത്തുള്ള ചെറിയൊരു സ്വകാ ര്യാശുപത്രിയിൽ സ്വാഭാവിക പ്രസവം. ആരോഗ്യവാനായ ഒരാൺകുട്ടി. മൂന്നാം ദിവസം ഡിസ്ചാർജ്. പിന്നീടുള്ള ദിവസങ്ങളിൽ വീട്ടിൽ പരമ്പ രാഗത രീതിയിലുള്ള പ്രസവ ശുശ്രൂഷയും മറ്റും. പതിനാലാം ദിവസം ചില ചില്ലറ ചടങ്ങുകൾ. അന്ന് പകൽ മുഴുവൻ ഞങ്ങൾ കുട്ടിക്കിടേണ്ട പേരിനെക്കുറിച്ച് തർക്കത്തിലായിരുന്നു. പേരിടാനവൾ എന്നെയായിരുന്നു ഏല്പിച്ചത്. അതിനിടെ അമ്മ ചില പേരുകളുമായി വന്നു. തർക്കമായി. രാത്രി ഭക്ഷണം കഴിച്ച് കിടക്കുംവരെ പേരിന്റെ കാര്യത്തിൽ തീരുമാന മായില്ല. കിടക്കാനായപ്പോഴേക്കും അവൾക്ക് നേരിയ തലവേദന തുട ങ്ങിയിരുന്നു. പകൽ മുഴുവൻ വർത്തമാനം പറഞ്ഞിട്ടാണെന്ന് ശകാരിച്ച് അമ്മ വിക്സ് പുരട്ടിക്കൊടുത്തു. അവളും കുഞ്ഞും അമ്മയും ഒരു മുറി യിലാണ് കിടന്നത്. കുറച്ച് കഴിഞ്ഞ് അമ്മയുടെ നിലവിളി കേട്ടാണ് ഉറ ക്കത്തിലെണീറ്റ് ചെല്ലുന്നത്. എണീറ്റിരുന്ന് തല രണ്ടു കൈകളിലായി താങ്ങി, വിരലുകൾകൊണ്ട് മുടി പിടിച്ച് വലിച്ച് അവൾ അലമുറയിടാൻ തുടങ്ങി. നോക്കിയിരിക്കേ അവളുടെ മുഖം വികൃതമായി ഒരു വശത്തേക്ക് കോടിക്കൊണ്ടിരുന്നു. കൈകാലുകൾ ബലം പിടിച്ച് മരക്ഷണം പോ ലെയായി. എന്തു ചെയ്യണമെന്നറിയാതെ ഞങ്ങൾ അന്തംവിട്ട് ഉച്ചത്തിൽ നിലവിളിക്കാൻ തുടങ്ങി. ബഹളം കേട്ട് അയൽപക്കക്കാർ ഓടിയെത്തു മ്പോഴേക്കും അവൾ തളർന്ന് വീണിരുന്നു.

അന്ന് രാത്രി എത്തിയതാണ് മെഡിക്കൽ കോളേജ് ആശുപത്രി യിൽ. അര മണിക്കൂർ ഇടവിട്ട് വന്നിരുന്ന ഫിറ്റ്സ് പത്തു മിനിട്ടിനും അഞ്ചു മിനിട്ടിനും ഇടയിലായി എന്നതൊഴിച്ചാൽ ഒരു മാറ്റവുമില്ല. നാലു ദിവസം കൊണ്ട് അവളുടെ നീണ്ട തലമുടിയാകെ ജടകെട്ടി ഭ്രാന്തികളു ടേതുപോലെയായി. പ്രസവ ശുശ്രൂഷകളേറ്റ് വിശ്രമിക്കേണ്ട നേരം ആശു പത്രിക്കിടക്കയിൽ മാരകമായ ഔഷധങ്ങൾ കഴിച്ച്, ശരീരമാസകലം ഇ ളകി കുലുങ്ങിയിങ്ങനെ... മുലപ്പാൽ മാത്രം കുടിക്കേണ്ട കുഞ്ഞ് നാര ങ്ങാനീരും കുപ്പിപ്പാലുമായി അങ്ങനെ... പ്രിയപ്പെട്ടവർക്ക് അസഹ്യമാ യിത്തീരുന്ന ആ വല്ലാത്ത മുഹൂർത്തത്തിലേക്ക് അച്ഛന് വന്ന് നോക്കാൻ പോലുമായില്ല. വീട്ടിലെ പൂജാമുറിയിൽ അടച്ചിരുന്ന് ജപവും പ്രാർത്ഥനയും തന്നെ.

ഇതിനിടെ പരിചയമുള്ള പലരും വഴി ഡോക്ടറെ പല തവണ കണ്ടി രുന്നു. മരുന്ന് ഫലം ചെയ്താലേ രക്ഷയുള്ളൂ എന്ന നിലപാടിലാണ വർ. സർജറി, പ്രത്യേകിച്ചും തലച്ചോർ തുറന്നുള്ള സർജറി ഏറെ അപ കടകരമാണെന്ന് അവർ ബോദ്ധ്യപ്പെടുത്തിയിരുന്നു. ചിലപ്പോൾ ഏതെ ങ്കിലും അവയവത്തിന് കുഴപ്പം വന്നേക്കാം. ഒരുപക്ഷേ, മനോനില തെറ്റി യേക്കാം. ജീവിതകാലം മുഴുവൻ ശയ്യാവലംബിയാവാനും സാദ്ധ്യത യുണ്ട്. മരുന്ന് ഫലം ചെയ്യുന്നത് കാത്തിരിക്കുക തന്നെ. പക്ഷേ, ആ വർത്തിച്ചുള്ള അപസ്മാരം സിരാഘടനയെത്തന്നെ ബാധിക്കില്ലേ എന്ന എന്റെ സംശയത്തിൽനിന്ന് ഡോക്ടർമാർ ഒഴിഞ്ഞു മാറി.

ബോധം വന്ന ഏതോ സമയത്ത് ഞാനവളുടെ കണ്ണുകളിലേക്ക് നോക്കി. 'എവിടെ, മോനെവിടെ? അമ്മിഞ്ഞവേണ്ടേ മോനൂന്' എന്ന് അവ ളെന്നെ ചിരിച്ചുകൊണ്ട് വലിച്ചടുപ്പിക്കാൻ തുടങ്ങി. പൊടുന്നനേ ബോധം മാഞ്ഞ് വീണ്ടും മയക്കത്തിലേക്ക്. ഉണരുമ്പോൾ മുന്നിൽ വരുന്നവരെല്ലാം അവളുടെ കുഞ്ഞാണെന്ന മട്ടിലാണ് പെരുമാറ്റം. ദൈവമേ! വീണ്ടെടു ക്കാനാവാത്ത വിധം പെങ്ങളെ നഷ്ടപ്പെടുകയാണോ? ഡോക്ടർമാരുടെ ഒഴിഞ്ഞുമാറലുകളുടെ അർത്ഥം ഇതായിരിക്കുമോ? തിരിച്ചറിവ് നഷ്ടമായി നിലതെറ്റി അലയുന്നവരുടെ ദീനചിത്രങ്ങൾ മുന്നിൽ നിരന്ന് എനിക്ക് കണ്ണുകാണാതായി. ഓർമ്മകൾ പിച്ചവെച്ചു തുടങ്ങിയപ്പോൾ മുതൽ അ നിയത്തി കൂടെയുണ്ട്. സ്കൂളിലും വീട്ടിലും റോഡിലുമെല്ലാം വിരലിൽ ത്തൂങ്ങി വലുതായവൾ. അവളുടെ വിവാഹം...അവളുടെ വീട്... അവ ളുടെ കുഞ്ഞ്... എല്ലാം ഒറ്റയടിക്ക് മേൽവിലാസമില്ലാത്ത ഓർമ്മകളാവു കയാണോ?

വെള്ളത്തിനടിയിലെ ജീവിതം പോലെയായിരുന്നു പിന്നീടുള്ള രണ്ടു ദിവസങ്ങൾ. കടിഞ്ഞാണും ദിശാബോധവുമില്ലാതെ ദുർബ്ബലമായി ഇളകി ക്കൊണ്ടിരിക്കുന്ന യന്ത്രങ്ങളെപ്പോലെ ന്യൂറോളജി വാർഡിലെ ഒരു ക ട്ടിലിനെ ചുറ്റിപ്പറ്റി ഞങ്ങൾ സമയത്തിന്റെ നാഴിക വിനാഴികകൾ ഇഴതി രിച്ചെടുത്തു. കഴിഞ്ഞ ദിവസങ്ങളിലെ കുറെക്കൂടി നിസ്സഹായമായ ആ വർത്തനങ്ങളായി അവൾ. ഉടലാകെ ഇളക്കി മറിച്ചും തലമുടി ജടകെട്ടി

യും അവ്യക്തമായി അതുമിതും പുലമ്പിയും അപൂർവ്വമായി ബോധമു
ണരുമ്പോൾ കടുത്ത തലവേദനകൊണ്ട് അലമുറയിട്ടും പെങ്ങൾ അപ്പോ
ഴേക്കും വാർഡിന്റെ 'ശ്രദ്ധാകേന്ദ്ര'മായിരുന്നു. ബന്ധുക്കളും പരിചയ
ക്കാരുമായ സന്ദർശകരെ പരമാവധി നിയന്ത്രിച്ചിരുന്നെങ്കിലും വാർഡിൽ
വരുന്നവരുടെയും പോകുന്നവരുടെയുമെല്ലാം ചപല കൗതുക നോട്ടങ്ങൾ
എനിക്ക് സഹിക്കാവുന്നതിലുമപ്പുറമായി. എന്തു പറ്റിയെന്ന അവരുടെ
വിശേഷം തിരക്കലുകൾക്ക്, ഒരു നാട്ടിൻപുറത്തുകാരിയുടെ നിഷ്കള
ങ്കതയോടെ അമ്മ ഏങ്ങലുകൾക്ക് ഇടവേളകളുണ്ടാക്കി മറുപടി പറ
ഞ്ഞുകൊണ്ടിരുന്നു. വൈദ്യവിദ്യാർത്ഥികളുടെ കുതൂഹലങ്ങൾക്കിരയാ
കാതെ മെഡിക്കൽ കോളേജിൽനിന്നും ഒരു രോഗിക്കും രക്ഷപ്പെടാനാ
വില്ല. ഒരു ദിവസം തന്നെ പല തവണയുള്ള പല ബാച്ചുകാരുടെ ഒരേ
പോലെയുള്ള അന്വേഷണങ്ങൾക്ക് ഇനി മറുപടി പറയേണ്ടെന്ന് ഞാന
മ്മയെ ശട്ടം കെട്ടി. അവർ വേണമെങ്കിൽ പ്രൊഫസറോട് ചോദിച്ചു
മനസ്സിലാക്കട്ടെ.

അവളെ പരിശോധിക്കുന്ന ഡോക്ടർ ഈ ദിവസങ്ങളിൽ വളരെ ഉൽ
ക്കണ്ഠാകുലനായിരുന്നു. തന്റെ പ്രൊഫസർമാരുമായി വന്ന് പലതവണ
അദ്ദേഹം രോഗിയെ സന്ദർശിച്ചുകൊണ്ടിരുന്നു. അഞ്ച് ദിവസമായി. മരു
ന്നിന് പ്രത്യേകിച്ച് ഒരു ഫലവും ചെയ്യാനാവുന്നില്ല. അതുവരെയില്ലാ
ത്തവിധം, ഞങ്ങളുടെ സംഘർഷങ്ങൾ ഡോക്ടറിലേക്കും പടരുന്നത്
എനിക്ക് തിരിച്ചറിയാനായി. അതെന്നെ കൂടുതൽ സംഘർഷത്തിലാക്കി.
അന്ന് വൈകുന്നേരം ഡോക്ടർ എന്നെ വിളിച്ച് അതീവ ഗൗരവത്തോടെ
പറഞ്ഞു.

'സർജറിയിലേക്ക് നീങ്ങുന്നതിനെക്കുറിച്ച് ആലോചിക്കേണ്ട സമ
യമായിരിക്കുന്നു. കാര്യത്തിന്റെ ഗൗരവം എല്ലാവരുമായും ചർച്ച ചെയ്
തിട്ടുണ്ടല്ലോ അല്ലേ?' യഥാർത്ഥത്തിൽ അങ്ങനെയൊന്നുണ്ടായിരുന്നില്ല.
ഇന്നല്ലെങ്കിൽ നാളെ സുഖമാവുമെന്ന പ്രതീക്ഷയിലിരിക്കുന്നവരോട് സ്ഥി
തിഗതികൾ അപകടകരമാണെന്ന് പറഞ്ഞ് സംഗതികൾ നിയന്ത്രണാ
തീതമാക്കിയിട്ടെന്ത് കാര്യം? 'നാളെ രാവിലെ സർജറിക്കുവേണ്ടി ഒരുങ്ങി
ക്കോളൂ എന്ന് അദ്ദേഹത്തിനാവും മട്ടിൽ ആശ്വാസ സ്വരത്തിൽ പറഞ്ഞ്
ഡോക്ടർ പോയി.

മറ്റ് വഴികളില്ലെങ്കിൽ പിന്നെ എന്തു ചെയ്യും? ലോകത്ത് എത്രമാത്രം
മസ്തിഷ്ക ശസ്ത്രക്രിയകൾ വിജയകരമായി നടക്കുന്നുണ്ട്? സ്വന്തം
സ്വാർത്ഥതകൊണ്ട് തോന്നുന്ന അധിക വെപ്രാളമല്ലാതെ മറ്റെന്താണ്
എന്റേത്? എല്ലാം ഭംഗിയായി തീരുമെന്ന ശുഭപ്രതീക്ഷയിൽ ഒന്ന് രണ്ട്
ദിവസം കൂടി തള്ളി നീക്കാനുറച്ചു. ഞാൻ ചപലതകൾ വെടിഞ്ഞ് കൂടു
തൽ കരുത്തനായപോലെ എനിക്കുതന്നെ തോന്നി. അല്ലെങ്കിലും നേർ
ക്കുനേർ അഭിമുഖീകരിക്കുന്നതുവരെ മാത്രമേ ഏത് ദുരന്തത്തിനും മനു
ഷ്യനിൽ ഭീതി നിറയ്ക്കാനാവൂ. അനുഭവിച്ചു കഴിഞ്ഞാൽ പിന്നെ ഏത്
കൊടിയ ദുരന്തവും തണുത്താറിയ ഒരോർമ്മയാണ്. ഇതും അത്രയേ

ഉള്ളൂ. നാളെ രാവിലെ ഓപ്പറേഷൻ നടക്കും. വൈകിട്ടോടെ ബോധം തെളിയും. അതോടെ അസുഖവും മാറും. എന്നെ ഞാൻ തന്നെ സമാധാനിപ്പിച്ചുകൊണ്ടിരുന്നു.

രാത്രി പതിവുപോലെ പുറത്ത് വരാന്തയിൽ നില്ക്കുമ്പോഴാണ് വാർഡിൽ തന്നെയുള്ള മറ്റൊരു രോഗിയുടെ ബന്ധു കുശലവുമായി വന്നത്. 'നാളെ ഓപ്പറേഷനാണല്ലേ' എന്ന മുഖവുരയുമായി അയാൾ സംസാരത്തിന് തുടക്കമിട്ടു. പിന്നെ ന്യൂറോളജി വകുപ്പ്, മെഡിക്കൽ കോളേജ്, ഡോക്ടർമാരുടെ പ്രാഗത്ഭ്യം തുടങ്ങി ഒട്ടെറെ പൊതുവിജ്ഞാനം ഉദാരമായി വിളമ്പാൻ തുടങ്ങി. 'അല്ല, നിങ്ങൾ സർജനെ വീട്ടിൽ ചെന്ന് കണ്ടോ?' ഇടയ്ക്ക് അയാൾ ചോദിച്ചു.

'ഇല്ല'

'നിങ്ങളെന്താളാണ്? ഇത് സർക്കാർ മെഡിക്കൽ കോളേജാ. ഇവിടെ കാര്യങ്ങൾ കൃത്യമാവണമെങ്കിൽ അവർക്ക് കൊടുക്കേണ്ടത് കൊടുക്കണം.' സത്യത്തിൽ ഞാനും അത് അപ്പോഴാണോർത്തത്. അങ്ങനെ ചില കേൾവികളും പതിവുകളുമുണ്ട്. മൊത്തത്തിലുള്ള പാരവശ്യത്തിനിടയിൽ അക്കാര്യം മറന്നുപോയി. ഡോക്ടറുടെ പെരുമാറ്റത്തിലാണെങ്കിൽ അത്തരം സൂചനകളൊന്നും തോന്നിയതുമില്ല. എന്നാലും അതിരാവിലെ അദ്ദേഹത്തെ വീട്ടിൽ ചെന്നൊന്ന് കാണാം.

'എവിടെയാ ഡോക്ടറുടെ വീട്?'

അയാൾ വീട് പറഞ്ഞു തന്നു. എന്നിട്ട് പറഞ്ഞു:

'ഒരു കണക്കിന് ഈ ഡോക്ടർ നല്ല മനുഷ്യനാണ്. ശരിയാവുന്ന കേസിന് മാത്രമേ ഇയാൾ പണം വാങ്ങൂ. അല്ലാത്തതിന് കൊടുത്താലും വാങ്ങില്ല.' പിന്നെ വാങ്ങിയ കേസുകൾക്കും വാങ്ങാത്ത കേസുകൾക്കും ഉദാഹരണങ്ങൾ നിരത്തലായി. ഏതായാലും നാളെ രാവിലെ പോയി ഡോക്ടറെ കാണാമെന്നുറച്ച് അയാളുമായി പിരിഞ്ഞു.

രാത്രി ഉറക്കം വന്നില്ല. ദേവഗിരിക്കുന്നിന്റെ നെറുകയിൽ അരണ്ട നിലാവെളിച്ചത്തിൽ വെറുതെ നടക്കാനിറങ്ങി. മനുഷ്യരൊക്കെ ഏറക്കുറെ ഉറങ്ങിയിട്ടുണ്ടാവണം. വല്ലാത്തൊരു നിശ്ശബ്ദ മൂകത. അതിനെ പിളർത്തി ചില പക്ഷികളുടെ ചിലപ്പും നായ്ക്കളുടെ ഓരിയിടലും. ഏതാണ്ട് ഇതുപോലൊരു കുന്നിൻ ചെരുവിൽ ഞങ്ങൾ കുട്ടികളായി കഴിഞ്ഞുകൂടിയതിന്റെ നിറപ്പകിട്ടുള്ള ഓർമ്മകൾ വന്ന് തിക്കിത്തിരക്കാൻ തുടങ്ങി. അനിയത്തിയുമായുണ്ടായ അടിപിടികൾ, ഇണക്കങ്ങൾ, പരിഭവങ്ങൾ.... ദൈവമേ! നാളത്തെ സർജറിക്ക് ശേഷം ഡോക്ടറുടെ ആശങ്കയെങ്ങാനും സംഭവിച്ചാൽ! ബുദ്ധിഭ്രമം വന്നോ, അംഗവൈകല്യം വന്നോ യാതനാപൂർണ്ണമായ ജീവിതത്തിലൂടെ നിരങ്ങി നീങ്ങുന്ന പെങ്ങളുടെ ദയനീയ ചിത്രം മനസ്സിൽ തികട്ടിത്തെളിഞ്ഞു തുടങ്ങി. അതിരാവിലെതന്നെ ഡോക്ടറെ ചെന്ന് കണ്ട് കാൽ കൊടുക്കണം. അതിന്റെ അഭാവം കൊണ്ട് ഒരു ശ്രദ്ധക്കുറവുണ്ടാവരുത്; ഡോക്ടറുടെ പെരുമാറ്റത്തിൽനിന്ന് ഒരിക്കലും അങ്ങനെയൊരു സൂചനയുണ്ടായില്ലെങ്കിലും.

അപ്പോഴാണ് നടുക്കുന്ന മറ്റൊരു കാര്യം അലോസരമായത്. വാർ
ഡിലെ ആൾ പറഞ്ഞ കാര്യം വാസ്തവം തന്നെയായിരിക്കുമോ? പണം
കൊടുക്കുമ്പോൾ ഡോക്ടറെങ്ങാനും നിരസിച്ചാൽ എന്താണതിനർത്ഥം?
തുടർന്നങ്ങോട്ട് ആലോചിക്കാനാവാതെ ചിന്തകൾക്ക് ശ്വാസം മുട്ടി.
ഏതോ ഒരിരുട്ടുമരത്തിന് ചുവട്ടിൽ വഴികളെല്ലാം അവസാനിച്ച് ഞാൻ
ചുറ്റിക്കറങ്ങി. സർവ്വാംഗങ്ങളേയും തളർത്തി വലിയൊരാധി എന്നെ കീഴ്
പ്പെടുത്തിക്കളഞ്ഞു. ആ വലിയ തുറസ്സിലും ഞാൻ വിയർത്തു കുളിച്ചു.
മുന്നോട്ടോ പിന്നോട്ടോ നടക്കാനാവാതെ അവിടെത്തന്നെ കിടന്ന്
എപ്പോഴോ ഉറങ്ങിപ്പോയി.

പുലർച്ചെ ഏറ്റവുമാദ്യം വാർഡിലെത്തിയ എന്നെക്കാത്ത് ആശ്വാസം
നിറഞ്ഞ മുഖവുമായി അമ്മയുണ്ട്. രാത്രി അവൾ നന്നായി ഉറങ്ങിയത്രെ.
ഒരു തവണപോലും ഫിറ്റ്സ് വന്നതുമില്ല. അഡ്മിറ്റായശേഷം ആദ്യമാ
യാണിങ്ങനെ. ഓരോ പത്തു മിനിട്ടിനുള്ളിലും ഫിറ്റ്സിളകി അലങ്കോല
മായ ദുർബ്ബല ശരീരം ഒരു രാത്രി മുഴുവൻ ശാന്തമായി ഉറങ്ങിയിരി
ക്കുന്നു. കാത്തിരിപ്പിന് ഗുണമുണ്ടായിരിക്കുന്നു. മരുന്നുകൾ ഫലം ചെ
യ്തുതുടങ്ങിയിരിക്കുന്നു. ഞാൻ മനസ്സിൽ അറിയുന്നതും അറിയാത്ത
തുമായ മുഴുവൻ അദൃശ്യ ശക്തികൾക്കും സ്തുതി പറഞ്ഞു. അവളി
പ്പോഴും ബോധം കെട്ടുറങ്ങുകയാണ്.

അപ്പോഴേക്കും അനസ്തേഷ്യയുടെ ഡോക്ടർ വന്ന് അവളെ വിളി
ച്ചുണർത്തി. കണ്ണു തുറന്നതും പിച്ചും പേയും പറയാൻ തുടങ്ങി. 'മോനേ,
വാ അമ്മിഞ്ഞ ദാ' എന്ന് ഡോക്ടറെ വലിച്ചടുപ്പിച്ചുകൊണ്ടിരുന്നു.

അതോടെ അതുവരെ എന്നെപ്പൊതിഞ്ഞിരുന്ന താല്ക്കാലിക സമാ
ധാനത്തിന്റെ ശൽക്കങ്ങൾ ഓരോന്നായി ഇളകിപ്പോയി. കടുത്ത ഭീതി
കൊണ്ട് എന്റെ കൈകാലുകൾ വിറച്ചു. രണ്ടും കല്പിച്ച് ഡോക്ടറുടെ
വീട്ടിലേക്ക് നടന്നു.

വലിയൊരു സന്തോഷവാർത്ത കേട്ട ആശ്വാസത്തോടെ ഡോക്ടർ
ഉള്ളു തുറന്നു ചിരിച്ചു. 'സത്യത്തിൽ ഇപ്പോഴാണ് ആശ്വാസമായത്.
ചെയ്യാൻ തീരുമാനിച്ചെങ്കിലും സർജറി എത്രമാത്രം വിജയകരമാണെ
ന്ന് ഒരുറപ്പുമില്ലായിരുന്നു. ഇനി കുഴപ്പമില്ല. മരുന്ന് തന്നെ മതി.'

'പക്ഷേ, ഡോക്ടർ, അവളിപ്പോഴും പിച്ചും പേയും പറയുകയാണ്.
കാര്യമായി എന്തോ കുഴപ്പമുണ്ടെന്നാണ് എനിക്ക് തോന്നുന്നത്.' എന്റെ
'വൈദ്യനിഗമനം' കേട്ടിട്ടാവണം ഡോക്ടർ ഉറക്കെ ചിരിച്ചു. 'ഇത്ര ദിവ
സവും ശക്തിയുള്ള മയക്കുമരുന്നുകൾ കുത്തിവെച്ചു കൊണ്ടിരിക്കുക
യല്ലേ. ഒന്ന് രണ്ട് ദിവസം പിടിക്കും. ഒക്കെ ശരിയാവും, മോൻ പേടിക്കേ
ണ്ട. 'അദ്ദേഹമെന്റെ തോളിൽ കൈയിട്ട് അകത്തേക്ക് കൂട്ടി. ഫ്ലാസ്
കിൽനിന്ന് ഒരു കപ്പ് ചായയെടുത്ത് നീട്ടി. എന്റെ പോക്കറ്റിലപ്പോഴും
തലേ രാത്രി കവറിലിട്ട് തയ്യാറാക്കി വെച്ച 'കൈക്കൂലി'യുണ്ടായിരുന്നു.
എന്തിനാണെന്നറിയാതെ എനിക്ക് കരച്ചിൽ വന്നു.

എല്ലാം ശരിയായ സന്തോഷത്തോടെയായിരുന്നു ഡോക്ടറുടെ വീട്ടിൽനിന്നുള്ള മടക്കം. ഡോക്ടർ തന്ന ചായയും പുഞ്ചിരിയും എന്റെ ആശങ്കകളെ മുഴുവൻ ഇല്ലാതാക്കി. അനിർവ്വചനീയമായ ഒരുന്മേഷം കൊണ്ട് എനിക്ക് തുള്ളിച്ചാടാൻ തോന്നി. എല്ലാം ശരിയാവുമെന്ന ആത്മ വിശ്വാസം ശരീരത്തിലും മനസ്സിലും അളവില്ലാത്ത ഊർജ്ജം നിറച്ചു. പുതിയൊരാളായി (അതോ പഴയൊരാളോ) പ്രസന്നനായി ഞാൻ വാർ ഡിലെത്തിയപ്പോൾ അമ്മയുണ്ട് അതിനേക്കാൾ സന്തോഷത്തോടെ നില് ക്കുന്നു. 'തലവേദന കൊറഞ്ഞിട്ടുണ്ട്. ഇനി വേഗം വീട്ടിൽ പോകാൻ നോക്കാം.' 'സംസാരമൊന്നും ശരിയായിട്ടില്ലല്ലോ' – ഞാൻ പറഞ്ഞു. അതൊന്നും സാരമില്ല. വീട്ടിലെത്തി കുറച്ച് ദിവസം കഴിഞ്ഞാൽ ഒക്കെ മാറിക്കോളും.'

അമ്മക്കെവിടുന്ന് കിട്ടി ഈ വിവരം? ഒരായുസ്സിന്റെ സങ്കടത്തിലേക്ക് കൂപ്പുകുത്തുകയായിരുന്ന ജീവിതത്തെ പ്രത്യാശയുടെ ഒരു നിമിഷം പ്രസന്നഭരിതമാക്കിയിരിക്കുന്നു. രണ്ട് ദിവസംകൊണ്ട് തലവേദന കുറഞ്ഞു. ഫിറ്റ്സ് പൂർണ്ണമായിനിന്നു. പക്ഷേ, ഓർമ്മയ്ക്ക് തെളിച്ചം വന്നില്ല. സംസാരങ്ങൾ വഴിതെറ്റിപ്പോവുന്നു. എങ്കിലും ഇനി വീട്ടിലെ പ രിചരണം മതിയെന്ന ഡോക്ടറുടെ ഉറപ്പിൽ ഡിസ്ചാർജ് ചെയ്തു.

ആഴ്ചകളെടുത്തെങ്കിലും ഓർമ്മകൾ പൂർണ്ണമായി തെളിഞ്ഞ് അവൾ പഴയപോലെ ഊർജ്ജസ്വലയായി. പിന്നെയും രണ്ട് കുട്ടികളുടെ അമ്മയായി. ആഴ്ചകൾ നീണ്ടുനിന്ന ക്രൂരമായ അമാവാസിയുടെ കറുത്ത പാടുകളേതുമില്ലാത്ത സന്തോഷത്തിന്റെ നിലാവെളിച്ചത്തിൽ തുള്ളിച്ചാടി നടക്കുന്നു. ജീവിതമേ, അവസാനമില്ലാത്ത നിന്റെ അതിശയങ്ങൾകൊണ്ട് ഭൂമിയെ വീണ്ടും വീണ്ടും തളിർപ്പിക്കുക!

7

ഓർമ്മകൾ ചേക്കേറുന്ന തണൽ

അസ്തമിക്കുന്ന സൂര്യബിംബം ഇപ്പോഴുമെനിക്ക് ചെറിയൊരു പ്രതിസന്ധിയാണ്. ഒറ്റയ്ക്കൊരു സായാഹ്നത്തെ അതിജീവിക്കാൻ പ്രാപ് തനായി എന്നഹങ്കരിക്കുമ്പോഴും പടർന്ന് പിടിക്കുന്ന അതിന്റെ നിശ്ചല വന്യത എന്നെ പരിഭ്രാന്തനാക്കും. എല്ലാ നിറങ്ങളും മഞ്ഞയായി മാറുന്ന സായംകാലം കൺമുമ്പിലൊരു മലയായ് നിറയും. സഹികെട്ട് നിശ്ശബ്ദ മായി നിലവിളിച്ച് ഞാൻ എന്നിൽനിന്ന് ഇറങ്ങിയോടും. മറ്റൊരാളായുള്ള മനസ്സിന്റെ ഈ തിരിഞ്ഞോട്ടങ്ങൾ ഏറെയുമവസാനിക്കുക, ഫാറൂഖ് കോളേജിന്റെ തണൽ വഴികളിലും ചാലിയാറിന്റെ തീരത്തുമായിരിക്കും. എന്റെ കൗമാര കൂതുഹലങ്ങളെ നെഞ്ചോടുചേർത്ത കാമ്പസിന്റെ ആരര വങ്ങളിൽ ഓർമ്മകൾ ചുറ്റിത്തിരിയും. യൗവനാരംഭത്തിലെ അനേകം സന്ത്രാസങ്ങളെ സൗമ്യമായി സാന്ത്വനിപ്പിച്ച സ്നേഹസ്പർശങ്ങൾ വർ ഷങ്ങൾക്കിപ്പുറം വീണ്ടുമറിയും. അപക്വമായ ആവേശങ്ങളെപ്പോലും ഹൃദയത്തിലാശ്ലേഷിച്ച ഒരു കാല്പനിക കാലം നിറപ്പകിട്ടാർന്ന ഭംഗിക ളോടെ കൺമുന്നിൽ തെളിയും. അസ്തമനത്തിന്റെ വിഷാദവാനം വസ ന്തപൗർണ്ണമിയുടെ ഉത്സവാഘോഷങ്ങൾക്ക് വഴിമാറും.

ഫാറൂഖ്, കേവലമൊരു കാമ്പസായിരുന്നില്ല. ഭാവി ജീവിതത്തിന്റെ ഭാഗധേയങ്ങൾ നിർണ്ണയിക്കാൻ പോന്ന ശക്തമായ സാന്നിദ്ധ്യങ്ങളു ടെയും സ്വാധീനങ്ങളുടെയും ആകെത്തുകയാണ്. കവിത, രാഷ്ട്രീയം, പ്രണയം, സൗഹൃദം, അന്വേഷണം, സിനിമ എന്നിങ്ങനെ പില്ക്കാലത്ത് സ്വത്വനിർമ്മിതികൂടിയായിത്തീർന്ന നിരവധി അഭിരുചികൾ പരിചയി ച്ചതും പരീക്ഷിച്ചതുമെല്ലാം ഫാറൂഖിലായിരുന്നു. കേവലം അഞ്ചുവർ ഷത്തെ ഫാറൂഖിയൻ കാമ്പസ് ജീവിതം അടിത്തറയിട്ടത്, ഒരായുഷ്കാ ലത്തിന്റെ ആത്മവിശ്വാസത്തിനാണ്.

നാട്ടിൻപുറത്തെ സാദാ മലയാളം മീഡിയം ഹൈസ്കൂളിൽനിന്ന് ഏറ്റവും കൂടുതൽ മാർക്കുവാങ്ങി പത്താം ക്ലാസ് ജയിച്ചതിന്റെ ചെറി യൊരഹങ്കാരവുമായാണ് 'പൂച്ചപ്പീഡിസി'ക്കാരനായി ഫാറൂഖിൽ കാലു കുത്തുന്നത്. കൊള്ളാവുന്ന മാർക്കുകാരിലെ അക്കാലത്തെ സർവ്വസാ ധാരണ മോഹമായ എം ബി ബി എസ് തന്നെയായിരുന്നു മനസ്സിൽ. സെക്കന്റ് ഗ്രൂപ്പുമായി P5 എന്ന ക്ലാസിലെത്തിയപ്പോൾ തന്നെ കരുതി വെച്ചിരുന്ന ധൈര്യമപ്പാടെ ചോരാൻ തുടങ്ങി. പരിചയപ്പെടുന്നവരൊക്കെ ഡിസ്റ്റിങ്ഷൻകാർ! മാത്രമല്ല അതുവരെ കേട്ടു ശീലിച്ചിട്ടില്ലാത്ത ഇംഗ്ലീഷും! വളരെ പ്രയാസപ്പെട്ട് തപ്പിപ്പിടിച്ച 'സമാനഹൃദയ'രായ മൂന്നാല് കൊണ്ടോട്ടിക്കാരുമായി പെട്ടെന്ന് തന്നെ സൗഹൃദത്തിലായി. ക്ലാസിൽ ഭാഷതന്നെയായിരുന്നു ഏറ്റവും വലിയ പ്രശ്നം. ഇടതടവില്ലാതെ ഒഴു കിയ ഇംഗ്ലീഷിൽ തടഞ്ഞ് അതുവരെ ഇഷ്ടവിഷയങ്ങളായിരുന്ന ഫിസി ക്സും കെമിസ്ട്രിയും തെറ്റിപ്പിരിയാൻ തുടങ്ങി. ഇങ്ങനെപോയാൽ എൻട്രൻസ് എന്താവും? ആധി പെരുകി എനിക്കുറക്കമില്ലാതായി. സ് കൂളിലെ മുൻ ബെഞ്ചുകാരൻ, ഒന്നാം റാങ്കുകാരൻ പതുക്കെ പിൻ ബെ ഞ്ചിലേക്ക് വലിയുന്നവനായി. മുറിമുണ്ടും കുട്ടി ഷർട്ടുമായി വല്ലാത്തൊ രപകർഷതയോടെ ആരാലും ശ്രദ്ധിക്കപ്പെടാതിരിക്കാൻ അത്യധികമാ യി ശ്രദ്ധിച്ച് കാമ്പസിലെ ആദ്യദിനങ്ങൾ അസ്വസ്ഥഭരിതമായി കടന്നു പോയി.

ടി എസ് എന്ന ചുരുക്കപ്പേരുള്ള ടി സെയ്ത് സാറായിരുന്നു ഫിസി ക്സിന്റെ ഒരു ഭാഗം പഠിപ്പിച്ചിരുന്നത്. മറ്റൊന്ന് പി കെ എന്ന പി കുഞ്ഞ ഹമ്മദ് സാറും. മനസ്സിൽ അതുവരെ സൂക്ഷിച്ചിരുന്ന 'പ്രൊഫസറെ' ആദ്യ മായി കണ്ടത് സെയ്ത് സാറിലാണ്. നീണ്ട് മെലിഞ്ഞ് ഇൻ ചെയ്ത്, കട്ടി കുറഞ്ഞ കണ്ണടയുമായി സാവധാനം നടന്ന് ക്ലാസിലെത്തി, പതിഞ്ഞ ശബ്ദത്തിൽ സംസാരിക്കുന്ന സെയ്ത് സാർ. ഒരു കാരണവുമില്ലാതിരു ന്നിട്ടും സാറിനോട് തോന്നിയ അവ്യക്തമായ ഒരടുപ്പം കാരണം ഒരു ദിവസം രണ്ടും കല്പിച്ച് ക്ലാസിന് പുറത്തുവെച്ച് സെയ്ത് സാറിനെ കണ്ടു. ക്ലാസ് മുറിയിൽ ഞാൻ പരാജിതനാവുന്ന കാര്യം തുറന്നുപ റഞ്ഞു. ചിരിക്കുകയാണെന്ന് മറ്റുള്ളവർക്ക് തോന്നാത്ത വിധം പരിമിത മായി ചിരിച്ചുകൊണ്ട് സാർ എന്റെ പുറത്തുതട്ടി. "അതൊരു പരിചയ ക്കേടിന്റെ പ്രശ്നമാണ്. കുറച്ച് കഴിഞ്ഞാൽ ശരിയായിക്കോളും. പേടി ക്കേണ്ട. വീട്ടിൽ ചെന്ന് ടെക്സ്റ്റ് ബുക്ക് നന്നായി വായിക്കണം." സാറിന്റെ ഉപദേശം നല്കിയ ആത്മവിശ്വാസം പക്ഷേ, അധികകാലം നിലനിന്നില്ല. കെമിസ്ട്രി പ്രൊഫസർ ഉണ്ണികൃഷ്ണൻ സാർ chemistry is not an easy subject' എന്ന് പറഞ്ഞുകൊണ്ടാരംഭിച്ച രസതന്ത്രത്തിലെ കടമ്പകളെക്കു റിച്ചുള്ള ഒരവർ പ്രഭാഷണം എന്നെ മാത്രമല്ല മറ്റ് പലരെയും സെക്കന്റ് ഗ്രൂപ്പിനെക്കുറിച്ച് പുനരാലോചനയ്ക്ക് തയ്യാറാക്കി. പ്രത്യേകിച്ച് രൂപ സാദൃശ്യങ്ങളില്ലെങ്കിലും ആൽബർട്ട് ഐൻസ്റ്റിനെ ഓർമ്മവരും, ഉണ്ണി കൃഷ്ണൻ സാറിനെ കാണുമ്പോൾ. കാഫ്കയുടെയും കാമുവിന്റെയും

പുസ്തകങ്ങൾ ആദ്യമായി കാണുന്നതും സാറിന്റെ കൈകളിലാണ്. നീണ്ട് കഷണ്ടിയായി അതിവേഗത്തിൽ കാമ്പസിലൂടെ കടന്നുപോകുന്ന ഉണ്ണികൃഷ്ണൻ സാറിനെ ദൂരെനിന്ന് നോക്കിയിരിക്കുക ഞങ്ങൾ ചില രുടെ ശീലമായിരുന്നു.

ശാസ്ത്രാദ്ധ്യാപകരുടെ ഇംഗ്ലീഷ് കടുകട്ടിയായി വിലങ്ങി നിന്നെ ങ്കിലും പ്രൊഫസർ വിജയസിംഹനും ഡോ. യാസീൻ അഷ്റഫും ലളി തവും ഋജുവുമായ ഇംഗ്ലീഷിന്റെ മനോഹാരിതകൊണ്ട് വഴികൾ സുഗമ മാക്കിക്കൊണ്ടിരുന്നു. ക്ലാസുകളെക്കുറിച്ചുള്ള മുഴുവൻ ധാരണകളെയും തകിടം മറിച്ചുകൊണ്ട്, കെ ഇ എൻ മലയാള സാഹിത്യത്തിലേക്ക് വശീ കരിച്ചുകൊണ്ടിരുന്നു. ക്രമേണ ക്ലാസുകളെല്ലാം ഒരുവിധം വരുതിയിലാ വുമെന്ന ഘട്ടമെത്തിയപ്പോൾ എല്ലായ്പ്പോഴുമെന്നപോലെ അതിനോടു ള്ള ആകർഷണവും കുറഞ്ഞുതുടങ്ങി. കീഴടക്കുന്നതുവരെ ആളിക്കത്തു ന്ന അഭിനിവേശങ്ങൾ. ക്ലാസിന് പുറത്ത് സജീവതയാർന്ന കാമ്പസി ന്റെ മറ്റൊരു ലോകവുമായി വരുന്നത് എസ് എഫ് ഐ നേതാക്കളായ എ പി സലിമും, എ അബ്ദുൾ ഗഫൂറും, എം സാജിതയുമാണ്. രാഷ്ട്രീയ വും ലിറ്റിൽ മാഗസിനുകളും സിനിമകളുമൊക്കെയായി കൗതുകകരമാ യ മറ്റൊരു ലോകത്തിന്റെ വിചിത്ര വിശേഷങ്ങളിലേക്ക് വിസ്മയങ്ങളോ ടെ കടന്നു ചെന്നതിൽ പിന്നെ അതിൽനിന്നൊരു മുക്തിയുണ്ടായിട്ടില്ല. അത്യാവശ്യത്തിന് മാത്രം, നിവൃത്തിയില്ലെങ്കിൽ കയറുന്ന ഇടങ്ങളായി ക്ലാസുകൾ മാറി തുടങ്ങി. അതി ബൃഹത്തായ ഗ്രന്ഥശേഖരവുമായി ഫാറുഖിന്റെ ലൈബ്രറിയും അപരിചിതമായ അറിവുകളും വിവശതക ളുമായി കാറ്റാടിത്തണലുകളും പതുക്കെപ്പതുക്കെ കീഴടക്കാൻ തുടങ്ങി. ഷാജഹാൻ സാറും എം സി അബ്ദുൾ നാസറും ജമാലുദ്ദീൻ ഫാറുഖി യുമൊക്കെ നേതൃത്വം നല്കിയിരുന്ന 'കലാസാഹിതി', ഡോ. വി സി ഹാരിസും ബി എം റാസിയും നയിച്ചിരുന്ന ഫിലിം ക്ലബ്ബ്, അസ്വസ്ഥചി ത്തനെന്നോണം സിഗരറ്റ് പുകച്ച് നടന്ന് കാമ്പസിന്റെ 'ബൗദ്ധിക യൗവ നത്തെ' സ്വാധീനിച്ചിരുന്ന ഡോ. മുബാറക് പാഷ നല്കിയ ഫ്രിജോകാ പ്രാ പുസ്തകങ്ങൾ, പ്രണയത്തിന്റെ പച്ചപ്പ് പൊട്ടിമുളയ്ക്കാൻ തുടങ്ങി യ സെക്കന്റ് ബി എസ് സി ബോട്ടണി ക്ലാസ്, ഇ ഡി സാനി മുതൽ പി പി ഷാനവാസ് വരെ വലുപ്പച്ചെറുപ്പമോ പ്രായഭേദമോ കാര്യമാക്കാതെ പൊതു മുദ്രാവാക്യങ്ങൾക്ക് കീഴിൽ ഒന്നായണിനിരന്ന എസ് എഫ് ഐ സഖാക്കൾ... എല്ലാം ചേർന്ന് അത്ഭുതകരവും മാസ്മരികവുമായ വല്ല ത്തൊരു ലോകത്തിലേക്ക് പ്രവേശിക്കുകയായിരുന്നു ഞാൻ. ഒപ്പം അതു വരെയും (അതിൽ പിന്നെയും) അനുഭവിച്ചിട്ടില്ലാത്ത അനുഭൂതി വിശേ ഷങ്ങളുടെ ഒരു ലോകം എനിക്കുള്ളിലും വളരുകയായിരുന്നു.

ഫാറുഖ് കോളേജിൽ അന്ന് എസ് എഫ് ഐ പൊതുവേ ദുർബ്ബല മായിരുന്നു. എം എസ് എഫിനും കെ എസ് യുവിനുമായിരുന്നു മുൻ കൈ. വിദ്യാർത്ഥികളിലേറെയും അതിസമ്പന്നരുടേയോ സമ്പന്നരുടേയോ മക്കൾ. മാനേജ്മെന്റ് ക്വാട്ടയിൽ എത്തി കാമ്പസിന്റെ ശ്രദ്ധാകേന്ദ്രങ്ങ

ളാകുവാൻ പണം വാരിയെറിയുന്ന കോഴിക്കോട്ടെ കച്ചവടക്കാരുടെ മക്കൾ. മദ്ധ്യവർഗ്ഗ സ്വഭാവ സവിശേഷതകളുമായി ഉപരിപ്ലവ ജീവിതം നയിച്ച് അലസമായി കഴിഞ്ഞുപോകുന്നവർ. കാമ്പസിനുചുറ്റും അതി രുകളിടുന്ന നിരവധിയായ കുൾബാറുകളിൽ കിന്നാരം പറഞ്ഞും വൈകാ രികമായി തണുത്തുറഞ്ഞും കുറേപ്പേർ. ഇതിനിടയിൽ സ്ഥലം മാറിയെ ത്തിയ അമ്പരപ്പോടെ 'അടങ്ങിയൊതുങ്ങി' തങ്ങളുടേതല്ലാത്ത പറമ്പിൽ അതിക്രമിച്ചെത്തിയ വേവലാതിയുമായി മറ്റു ചിലർ. പൊതുസമൂഹ ത്തിന്റെ മുഴുവൻ പ്രാതിനിധ്യവും ഏറിയും കുറഞ്ഞും ഉണ്ടായിരിക്കെ ത്തന്നെ, മദ്ധ്യവർഗ്ഗ കാമനകൾക്കായിരുന്നു ഫാറൂഖിന്റെ മണ്ണിൽ കൂടു തൽ വളക്കൂറുള്ളത്. അതുകൊണ്ടുതന്നെയാകണം ഒരു ക്ലാസിക് കാമ്പ സിന്റെ മുഴുവൻ സൗഭാഗ്യങ്ങളും സ്വന്തമായുണ്ടായിട്ടും അതിനനുസൃ തമായ ഗുണഫലങ്ങൾ സമൂഹത്തിന് സംഭാവന ചെയ്യാനായോ എന്ന സംശയം ബാക്കിയാവുന്നത്. സമൂഹമനസ്സിനെ ചലനാത്മകമാക്കുന്ന കാമ്പസ് തുടിപ്പുകളുമായല്ല, 'ഫാറൂഖിയമ്മാ'രുടെ മനസ്സിലെ ക്ലാവുപി ടിക്കാത്ത ഗൃഹാതുരതയായായാണ് പലപ്പോഴുമതിന്റെ അനശ്വരത അർ ത്ഥവത്താകുന്നത്. അത് തീരെ ചെറിയൊരു കാര്യവുമല്ല.

കാമ്പസിനെക്കുറിച്ചുള്ള ഇത്തരം രാഷ്ട്രീയവും നൈതികവുമായ ഉൽക്കണ്ഠകൾ പകുത്തുകൊണ്ടായിരുന്നു എ ഐ അബ്ദു റൗഫിന്റെ ആ വർഷത്തെ കോളേജ് മാഗസിൻ ഇറങ്ങിയത്. അധികൃതർ തടഞ്ഞു വെച്ച ആ മാഗസിൻ ഒടുവിൽ വിദ്യാർത്ഥി സമരങ്ങളുടേയും മറ്റും ഫല മായാണ് പുറത്തിറങ്ങുന്നത്. അതുവരെയുള്ള കേരളത്തിലെ കോളേജ് മാഗസിനുകളിൽനിന്ന് ഉള്ളടക്കംകൊണ്ടും രൂപഘടനകൊണ്ടും ഞെട്ടി പ്പിക്കുന്ന വിച്ഛേദമായിരുന്നു റൗഫിന്റെ മാഗസിൻ. അതിനും മുമ്പ് എം സുരേഷ് ബാബു എഡിറ്ററായ മാഗസിനിൽ തുടക്കമിട്ട പരിവർത്തന ത്തിന് റൗഫ് പൂർണ്ണത നല്കി എന്നും പറയാം. അന്നത്തെ അധികാരി കൾ മാഗസിൻ തടഞ്ഞതുകൊണ്ട് മാത്രമാണ് പിന്നീട് വന്ന എന്നെ പ്പോലുള്ളവർക്ക് ആ മാഗസിനും അതിന്റെ എഡിറ്റർമാരും സുഹൃത്തു ക്കളായത്. അവ ഞങ്ങളുടെ ജീവിതത്തിന്റെ തന്നെ സ്വാധീനമായതും.

ആയിടയ്ക്കാണ് ഡോ. വി സി ഹാരിസ് ഞങ്ങൾ രണ്ടാം വർഷ പി ഡി സിക്കാർക്ക് ഇംഗ്ലീഷ് പഠിപ്പിക്കാൻ വരുന്നത്. ചുരുളൻ മുടിയും സാ മാന്യത്തിലധികം വെളുപ്പും തുടിപ്പുമായി ഒരു വിദേശി ലുക്കിലാണ് അ ന്നത്തെ വി സി ഹാരിസ്. 'ഷോർട്ട് സ്റ്റോറി'യാണ് വിഷയം. അധികം ആമുഖമോ വിശദീകരണമോ ഇല്ലാതെ ഒരൊറ്റ ചോദ്യമാണ്. What is short story? ക്ലാസിലെ 'പഠിപ്പിസ്റ്റും' സദാ സംശയാലുവുമായ മുജീബ് റഹ്മാൻ (എപ്പോഴും സംശയങ്ങളുന്നയിച്ചിരുന്ന മുജീബിനെ നോക്കി ഒരി ക്കൽ വിജയസിംഹൻ സാർ ഷേക്സ്പിയറെ സ്മരിച്ചുകൊണ്ടു പറഞ്ഞു Oh Mujeeb, thy name is doubt!) ഉടൻ റെഡി മെയ്ഡ് ഉത്തരവുമായി ചാടിയെണീറ്റു. Then what is novel? ഹാരിസ് സാറിന്റെ മറുചോദ്യം. ഉ രുളയ്ക്കുപ്പേരിപോലെ വീണ്ടും മുജീബ്. Then what is the differences between novel and short story? – ഹാരിസ്. ക്ലാസൊന്നടങ്കം അത്യധി കമായ ആവേശത്തോടെ നോവലിനേയും ചെറുകഥയേയുംകുറിച്ചുള്ള ആർജ്ജിത ജ്ഞാനം ആവുംവിധം പങ്കുവെച്ചുകൊണ്ടിരുന്നു. എല്ലാ ഉത്ത രങ്ങളുടേയും മുനയൊടിച്ചുകൊണ്ട് നിസ്സംഗമായ പുഞ്ചിരി തൂകി ഹാരിസ് സാറും. ചർച്ച ആ അവറും കടമെടുത്ത തൊട്ടടുത്ത അവറും കടക്കാറാ വുന്നു. നോവലിന്റെയും ചെറുകഥയുടെയും ക്ലാസിക് നിർവ്വചനങ്ങളും സാജാത്യ വൈജാത്യങ്ങളും P5 എന്ന ക്ലാസിന്റെ സാമാന്യ ബുദ്ധിയു മെല്ലാം നിലംപരിശാക്കി ഹാരിസ് സാർ നിന്ന് ചിരിക്കുകയാണ്: Think of it.

ബാക്ക് ബെഞ്ചിൽ അർഷാദും ഷാനവാസും ഞാനും കൂടി ഇതെ ങ്ങനെ അവസാനിപ്പിക്കുമെന്നായി ആലോചന. ഒടുവിൽ ഉത്തരം കിട്ടി. അവർ നല്കിയ നിർല്ലോഭമായ പിന്തുണയുടെയും ധൈര്യത്തിന്റെയും പുറത്ത് ഞാൻ എണീറ്റുനിന്നു. 'സർ, നോവലിന് ഓരോ ലക്കത്തിന്റെ അവസാനവും 'തുടരും' എന്നുണ്ടാവും. ചെറുകഥയ്ക്ക് ഇതുണ്ടാവില്ല.' ബോംബിട്ടപോലെ ക്ലാസിൽ കൂട്ടച്ചിരി. ചിരിയടങ്ങിയപ്പോൾ ഹാരിസ് സാർ സ്വതഃസിദ്ധമായ നിർമ്മമതയോടെ പറഞ്ഞു, That is what is we called Painkily. അപ്പോൾ ഖണ്ഡശഃ പ്രസിദ്ധീകരിച്ച വിജയന്റെയും മുകു ന്ദന്റെയുമൊക്കെ നോവൽ പൈങ്കിളിയാകുമോ എന്നായി ഞങ്ങൾ. തുടർന്ന് പൈങ്കിളിയും അല്ലാത്തതുമായ നോവലിനെക്കുറിച്ചുള്ള ചൂടേ റിയ ചർച്ച കൊടുമ്പിരിക്കൊള്ളവേ ബെല്ലടിച്ചു. പക്ഷേ, ക്ലാസിനു പുറത്ത് ഹാരിസ് സാറുമായുള്ള ചർച്ച തുടരുകയായിരുന്നു. ലോക സിനിമകളി ലേക്കും ഫിലിം ക്ലബ്ബിലേക്കും 'ചാംസ്' (കാമ്പസിലന്ന് പോപ്പുലറായ സിഗരറ്റ്) കൈമാറ്റത്തിലേക്കും നീണ്ടു, ആ സൗഹൃദം.

കാമ്പസിന്റെ അരികുപറ്റി, ആഴമേറിയ അന്യഥാ ബോധത്തോടെ നടന്നിരുന്ന പയ്യൻ, പ്രീഡിഗ്രിക്കാലത്തിന്റെ അവസാനമെത്തിയപ്പോ ഴേക്കും പ്രധാന വീഥികളിലെ നിത്യസഞ്ചാരിയായി സ്വയം തോന്നി ത്തുടങ്ങി. എവിടെനിന്നൊക്കെയോ കിട്ടിയ ധൈര്യവും 'തകർക്കാൻ പറ്റാത്ത ആത്മവിശ്വാസവുമായി' അവൻ ജാഥ നയിക്കാൻ തുടങ്ങി. കനത്ത മുദ്രാവാക്യങ്ങളാൽ കാമ്പസിനെ ഇളക്കിമറിച്ചതായി സ്വയം അഹങ്കരിച്ചു. കവിതയുടെ ഉറവ തേടിയ വഴികളിൽ പ്രണയത്തിന്റെ ചുഴികളിലുലഞ്ഞു. വിസ്മയകരമായ അനുഭവങ്ങൾ, അപകമായ കൗ മാരമനസ്സിനെ പ്രകമ്പനം കൊള്ളിച്ചുകൊണ്ടിരുന്നു. അപ്പോഴേക്കും എൻ ട്രൻസും എം ബി ബി എസുമെല്ലാം വിദൂരതയിൽപോലുമില്ലാത്ത സ്വപ് നങ്ങളായി മാറിയിരുന്നു.

ഫസ്റ്റ് ക്ലാസോടെ പ്രീഡിഗ്രി ജയിച്ചെങ്കിലും ബി എസ് സി ഫിസി ക്സ് എന്ന മോഹം നടന്നില്ല. മീഞ്ചന്ത ആർട്സ് കോളേജിൽ ഫിസി ക്സ് കിട്ടിയതാണ്. പക്ഷേ, ഫാറൂഖ് വിട്ടുപോവാൻ അന്നത്തെ എനിക്ക് സാധിക്കുമായിരുന്നില്ല. പേരറിയാത്ത ഏതൊക്കെയോ വികാരങ്ങൾ മുറു ക്കിക്കെട്ടിയ വിവശതയോടെ അവധിക്കാലത്തുപോലും കാമ്പസിൽ അ

ലഞ്ഞുനടക്കുന്നവരായിരുന്നു ഞങ്ങളിൽ പലരും. കേവലം അക്കാദമിക് പഠനകേന്ദ്രമായല്ല, ജീവിതപാഠശാലയായി മാറിയ ഒരു കാമ്പസിന് മാത്രം അവകാശപ്പെടാവുന്ന സവിശേഷതയായിരുന്നു അത്. അതുതന്നെയാ വണം ഇഷ്ടവിഷയമായ ഫിസിക്സ് ത്യജിച്ച് മലയാളം സോഷ്യോളജി ക്ലാസിലേക്ക് കൂടുമാറാൻ പ്രേരിപ്പിച്ചതും.

കവിതയും രാഷ്ട്രീയവുമായിരുന്നു ഡിഗ്രിക്കാലത്തിന്റെ കാതൽ. മേമ്പൊടിയായി പ്രണയവും. കെ ഇ എന്നും ബാലൻസാറും ഉൾപ്പെട്ട മലയാളം വകുപ്പും എൻ പി ഹാഫിസ് മുഹമ്മദിന്റെ നേതൃത്വത്തിലുള്ള സോഷ്യോളജി വകുപ്പും അർത്ഥവത്തായ അക്കാദമിക് പ്രവർത്തനങ്ങൾ നടത്തിയിരുന്ന കാലം. അപൂർവമായി മാത്രം ക്ലാസിലെത്തുന്നവരായി രുന്നു ഞങ്ങൾ ചിലർ. എ എൽ എം, ആസാദ്, എസ് എസ് എന്നീ ഹോ സ്റ്റലുകളിലും ബ്രീസ് ലോഡ്ജിലുമൊക്കെയായി ഞങ്ങൾ ജീവിതത്തിന്റെ പുതിയ നിറങ്ങൾ ചാലിച്ചെടുത്തു. സായാഹ്നങ്ങൾ മിക്കതും ചാലിയാ റിന്റെ തീരങ്ങൾക്ക് സമ്മാനിച്ചു. ബി എ ഇംഗ്ലീഷ് ക്ലാസിൽനിന്ന് പി സി താഹിറും ഋഷികേശും ഫിറോസും (ഫിറോസ് പിന്നീട് സൗദിയിൽ കാറ പകടത്തിൽ മരണപ്പെട്ടു) പാശ്ചാത്യ സാഹിത്യവുമായെത്തും. ഒരിക്ക ലും ശ്രുതി ശരിയാകാത്ത തന്റെ ഗിറ്റാറിൽ ഫിറോസ്, ഷെല്ലിയെയും കീറ്റ്സിനെയും ആവാഹിക്കാൻ വിഫലമായി ശ്രമിക്കും. അപരിചിതമായ സ്നേഹബന്ധമുള്ള ചങ്ങാതിമാരായിരുന്നു അവർ. എവിടെനിന്നൊ ക്കെയോ ഉള്ള അവരുടെ ഏതൊക്കെയോ കൂട്ടുകാർ ഇടയ്ക്കിടെ കാമ്പസിലെത്തും. രാഷ്ട്രീയവും തത്ത്വചിന്തയും നിർല്ലോഭം സംസാ രിച്ച് പാതിരാത്രികളിൽ ഇറങ്ങിപ്പോവും. അവിടെയുമിവിടെയുമില്ലാതെ, അകാരണമായ ആധികളും അന്വേഷണങ്ങളുമായി അലഞ്ഞുതിരിഞ്ഞ കാലം. അതിനിടയിലും പ്രത്യാശയുടെയും ആത്മവിശ്വാസത്തിന്റെയും കെടാത്ത നാളം ജ്വലിപ്പിച്ച് ഫാറൂഖ്, ഞങ്ങളിലെ ഇച്ഛാശക്തിയെ ത്വരി പ്പിച്ചുകൊണ്ടിരുന്നു.

സാംസ്കാരിക പ്രവർത്തനങ്ങളുടെ സജീവതയും അന്ന് ഫാറൂ ഖിന്റെ സ്വന്തമായിരുന്നു. 'കലാസാഹിതി'യിലൂടെ അന്നത്തെ മിക്ക എഴു ത്തുകാരും കാമ്പസിലെത്തിയിരുന്നു. സുരാസു, ടി വി കൊച്ചുബാവ, പോൾ കല്ലാനോട് തുടങ്ങി നിരവധി എഴുത്തുകാർ. പില്ക്കാലത്ത് ഉറ്റ സുഹൃത്തുക്കളായി മാറിയ ടി പി രാജീവൻ, കൽപ്പറ്റ നാരായണൻ എന്നി വരെ പരിചയപ്പെടുന്നതും 'കലാസാഹിതി'യിലൂടെയാണ്. ആരെയും എഴുത്തുകാരനാവാൻ കൊതിപ്പിക്കുന്ന സാഹിത്യക്യാമ്പുകൾ, ചർച്ച കൾ, കവിയരങ്ങുകൾ... സാഹിത്യ വിദ്യാർത്ഥികളായ ഞങ്ങൾക്ക് ക്ലാസ് മുറിക്ക് പുറത്തും സാഹിത്യത്തിന്റെ മോശമല്ലാത്ത ലോകമൊരുക്കാൻ അന്നത്തെ ഫാറൂഖിന് സാധിച്ചിരുന്നു.

ആർക്കും എന്തിനും ഇടമുള്ള ഒരു കാമ്പസ്. ഒരാളെയും ഈ കാമ്പസ് ബഹിഷ്കൃതരാക്കിയിരുന്നില്ല, അന്ന്. എന്തെങ്കിലും സ്വന്തമാ യുള്ളവർക്ക് അതാതിന് ഇടം നല്കി ഓമനിച്ചു വളർത്തുന്നതായിരുന്നു,

ഫാറൂഖിന്റെ സ്വഭാവം. ഈ കാമ്പസ്. പഠിക്കേണ്ടവർക്ക് പഠിക്കാം. കളി ക്കേണ്ടവർക്ക് കളിക്കാം. മറ്റെന്തെങ്കിലുമാണെങ്കിൽ അങ്ങനെ. പുറമേക്ക് എങ്ങനെയൊക്കെ പ്രത്യക്ഷമാകുമ്പോഴും അകം നിറയുന്ന സ്നേഹ ത്തിന്റെയും സ്വാതന്ത്ര്യത്തിന്റെയും ഇടങ്ങൾ സൂക്ഷിച്ചിരുന്ന ആ കാമ്പസ്, ഇന്ന് വിവാദങ്ങളുടെയും അസ്പൃശ്യതകളുടെയും വിഹാര കേന്ദ്രമാണെന്ന് വാർത്തകൾ. കാലത്തിന്റെ കരാളയുക്തികൾ, കാമ്പ സിനെ മാത്രമായി വെറുതെ വിടില്ലായിരിക്കും.

8

തീരാത്ത തീരാത്ത ദാഹം

ഒറ്റവലിക്ക് ചെരട്ട കാലിയാക്കി ഞാൻ കുഞ്ഞുനാക്കു നീട്ടും. ചെറി യൊരു കഷ്ണം കോഴിയിറച്ചി അതിലേക്ക് വെച്ച് രാധ ചോദിക്കും: 'പുഴുക്കും കൂടി വെക്കണോ?' ഗുളികന്റെ നാക്കിലക്കരികിൽ ഓലപ്പന്ത ത്തിന്റെ വെളിച്ചത്തിൽ നിറഞ്ഞ് തിളങ്ങുന്ന മറ്റേ ചെരട്ടയിലായിരിക്കും എന്റെ കണ്ണ്. മങ്കുരുണി എന്ന 'നരകതീർത്ഥ'ത്തിൽ കൂടുതൽ വിശുദ്ധ മായിത്തീർന്ന ഇളം മനസ്സിൽ മാലാഖച്ചിറക് വീശി രണ്ട് സുന്ദരിമാർ വട്ടമിടാൻ തുടങ്ങും. മഞ്ഞപ്പിത്തം പിടിച്ച്, മതിയായ ചികിത്സകിട്ടാതെ ചെറുപ്പത്തിലേ മരിച്ചുപോയ വല്യച്ഛന്റെ മക്കളായിരുന്നു അവർ. കാണു കയോ കേൾക്കുകയോ ചെയ്തിട്ടില്ലെങ്കിലും ആവർത്തിച്ച് പറഞ്ഞുകേട്ട കഥകളിലൂടെ ചിരപരിചിതരായ ആ സഹോദരിമാർ കുട്ടിക്കാലത്തിന്റെ ഏകാന്തമായ ഓർമ്മകളെ കുറച്ചൊന്നുമല്ല വിഹ്വലമാക്കിയിട്ടുള്ളത്.

അകത്തപ്പോൾ കാരണവന്മാരുടെ ആത്മാവുകൾ വന്നുപോയതു റപ്പിച്ച് 'വെച്ച് പൂജിച്ച' മുറിയിൽ എല്ലാവരും ചേർന്ന് 'അരിയും പൂവു'മി ടാൻ തുടങ്ങുകയാവും. കുട്ടികളെവിടെ എന്ന ആലോചനയ്ക്ക് ശബ്ദം വെക്കുമ്പോഴേക്കും തെക്കെ മുറ്റത്തെ ഗുളികന്റെ ആതിഥ്യം വെടിപ്പാക്കി ഞങ്ങൾ അകത്തെത്തും. ആരെങ്കിലും പിടിച്ച്മുന്നിലേക്ക് നിർത്തി കൈയിൽ അരിയും പൂവും തരും. കണ്ണടച്ച് പ്രാർത്ഥനാപൂർണ്ണമാവുന്ന മനസ്സ് പതുക്കെ വിരകൊള്ളാൻ തുടങ്ങും. അകക്കണ്ണിലെ കാഴ്ചകൾ ചെറുതായൊന്ന് ഇരട്ടിച്ച്, പലതായി പടരും. ഇരുപത്തൊന്നിലെ ലഹ ളയ്ക്ക് മാപ്പിളമാർക്ക് കപ്പയും കറിയും വെച്ച അച്ഛമ്മയുടെ അമ്മ, തുടരെത്തുടരെയുള്ള പ്രസവത്തിനിടയിൽ ഏതോ ഒരു പ്രസവത്തിൽ മരിച്ചുപോയ അമ്മായി, വീട് കയറ്റുന്നതിനിടയിൽ മോന്തായം ചേരാതെ വന്നതിൽ മനസ്സുനൊന്ത് താഴേക്ക് ചാടിച്ചത്ത വകയിലെ വല്യച്ഛൻ, നാക്കിലയിൽ ജലയാത്ര നടത്തുമായിരുന്ന കുലഗുരു മുത്തപ്പൻ, ശിങ്കിടി

കുട്ടിച്ചാത്തൻ.... ഇളകിയാടുന്ന നിലവിളക്ക് തിരിയുടെ നിഴലും വെളി
ച്ചവും കലർന്ന വെളിപ്പെടുത്തലിൽ തെളിഞ്ഞ് വരുന്നവരെല്ലാം
കഥകളിൽ മാത്രം പരിചയിച്ച പരേതാത്മാക്കളായിരിക്കും. എന്തിനെന്നി
ല്ലാത്ത ആവേശാദരങ്ങളോടെ ഞാൻ അവരെത്തന്നെ നോക്കിയിരിക്കും.
ഓരോരുത്തരായി മനസ്സിലേക്ക് കയറിയിരുന്ന് മറ്റൊരോർമ്മയ്ക്കും ഇടമി
ല്ലാതാവും.

അപ്പോഴേക്കും അരിയും പൂവുമിട്ട് കഴിഞ്ഞ് പെണ്ണുങ്ങൾ അടു
ക്കളയിലേക്കും ആണുങ്ങൾ കോലായിലേക്കും നീങ്ങും. പൂജിച്ചതും
ബാക്കിയായതുമായ മങ്കുരുണി ഗ്ലാസുകളിൽ നുരയും. 'ആ ചെക്കനും
കൊടുക്ക്, ഒരെറക്ക്' എന്ന് ആരെങ്കിലും വിളിച്ചുപറയും. 'വേണ്ട വേണ്ട.
കുട്ട്യോളെ വേണ്ടാത്തരം പഠിപ്പിക്കേണ്ട' എന്ന് അമ്മയുടെ അടുപ്പിലൂത്ത്
കോലായിലെത്തും. 'ഓനെന്താ ആങ്കുട്ട്യല്ലേ' എന്ന് അച്ഛമ്മയുടെ
സ്നേഹാഭിമാനം വീണ്ടും ഒന്നോ രണ്ടോ ഇറക്കുകളാവും.... ലഹരി എന്ന്
വ്യവച്ഛേദിച്ചറിയാനാവാത്ത കലങ്ങി മറിയലുകളുമായി രാത്രി പതുക്കെ
ഉറങ്ങാൻ തുടങ്ങും. കാരണവർമാർക്കുള്ള അടുത്ത 'വെച്ച് പൂജ'യെക്കുറി
ച്ചാലോചിച്ച് പരേതാത്മാക്കളുടെ ഓർമ്മകൾക്കൊപ്പം ഞാൻ ഉണർന്നി
രിക്കും.

******

ഏറക്കുറെ സ്വയം പര്യാപ്തമായ ഞങ്ങളുടെ ഉൾനാടൻ സമ്പദ്
വ്യവസ്ഥയിൽ നാടൻ വാറ്റിനും അർഹിക്കുന്ന സ്ഥാനമുണ്ടായിരുന്നു.
കൃഷിക്കാരും കൂലിവേലക്കാരുമായ ഭൂരിപക്ഷ ജനതയുടെ ആശയാഭി
ലാഷങ്ങളെ സദാ സജീവമാക്കുന്ന സാമൂഹ്യത്വരകമായി വാറ്റു കേന്ദ്ര
ങ്ങൾ പ്രവർത്തിച്ചുപോന്നു. 'ആൺമിടുക്കി'ന്റെ അടയാള ഗന്ധമായി മങ്കു
രണി മണത്തെ പഴമക്കാരായ പെണ്ണുങ്ങളടക്കം വ്യഖ്യാനിച്ചുറപ്പിച്ചു.
പാടത്തെയും പറമ്പിലെയും കഠിനതകളുടെ പകലിനൊടുവിൽ കുളി
ച്ചുമാറി അവർ നേരെ താന്താങ്ങളുടെ തിയ്യപ്പുരകൾ തേടിപ്പോയി. ആവശ്യ
ത്തിന് മാത്രം ചോദിക്കുകയും കൊടുക്കുകയും ചെയ്ത മാന്യവും ആരോ
ഗ്യകരവുമായ ഇടപാടു ബന്ധങ്ങൾ അവർ നിലനിർത്തി. ഒന്നോ രണ്ടോ
ഗ്ലാസടിച്ച് തങ്ങളുടേത് മാത്രമായ ആനന്ദവഴികളിലൂടെ ഓരോരുത്തരും
അവരവരുടെ ലക്ഷ്യങ്ങളിലേക്ക് നടന്നു. ഇടയ്ക്കെപ്പോഴെങ്കിലും
അധികസന്തോഷത്തിന്റെ ഭാരംകൊണ്ടു കാലിടറി വീഴുമ്പോൾ താങ്ങി
നിർത്താൻ ദീനിബോധമുള്ള നല്ല അയൽക്കാർ അവർക്കുണ്ടായിരുന്നു.
വല്ലപ്പോഴുമുള്ള എക്സൈസുകാരുടെ മിന്നൽ പരിശോധനകൾ നാടിന്റെ
സ്വകാര്യതയിലേക്കുള്ള കടന്നുകയറ്റമായിക്കരുതി എല്ലാവരുമൊരുമിച്ച്
ചെറുത്തുപോന്നു. മദ്യപിച്ച് വഴിയോരത്ത് കിടന്നവനെ ഒരു സദാചാ
രവാദിയും ചോദ്യം ചെയ്തിരുന്നില്ല. ആരും കരൾരോഗം വന്ന് മരിച്ചിരു
ന്നില്ല. വിശദീകരിക്കാനാവാത്തൊരു വിശ്വാസബലത്തിൽ പരസ്പര
സൗഹൃദത്തിന്റെ ഇഴയടുപ്പം സൂക്ഷിച്ചു, ആ നാട്ടുകാർ.

നാടിന്റെ സാംസ്കാരിക ജീവിതത്തിലേക്കും ചാലിട്ടൊഴുകിയിരുന്നു,

മങ്കുരണിയുടെ തീക്ഷ്ണരസങ്ങൾ. ആളുകളേറെയും സുന്നി വിശ്വാസി കളായിരുന്നു. പ്രദേശത്തെ പ്രധാന സംവാദം എ പി, ഇ കെ തർക്കങ്ങളും. മദ്രസാ വാർഷികങ്ങളും റംസാൻ മാസ വയല്‍ പ്രഭാഷണങ്ങളും നബി ദിന റാലികളുംകൊണ്ട് മുഖരിതമായിരുന്ന ചെറിയ അങ്ങാടിയെ ഇടയ്ക്കെപ്പോഴെങ്കിലും മുഴങ്ങുന്ന കമ്യൂണിസ്റ്റ്പാർട്ടിയുടെ മുദ്രാവാക്യ ങ്ങൾ തീരെ സ്പർശിച്ചിരുന്നില്ല. ആയിടെയാണ് ഗവ. മാപ്പിള യു പി സ്കൂളിലെ അദ്ധ്യാപകനായി സുകുമാരൻമാഷ് എത്തുന്നത്. താടിയും മുടിയും നീണ്ട് ഇരുണ്ട് മെലിഞ്ഞ സുന്ദരൻ. സ്കൂൾ വിട്ട് ഓഫീസ് പണിയും കഴിഞ്ഞ് മറ്റ് തൊഴിലാളികളെപ്പോലെ സുകുമാരൻമാഷും തീ യപ്പുരകൾ ലാക്കാക്കാൻ തുടങ്ങി. ഒട്ടും രഹസ്യസ്വഭാവമില്ലാത്ത ഈ സായാഹ്നയാത്രകൾ നാട്ടിൽ ചർച്ചയായതിനൊപ്പംതന്നെ ഹാജിയാരു ടെ വാടക മുറികളിലൊന്നിന് മുമ്പിൽ പുതിയൊരു ബോർഡും തൂങ്ങി: 'പ്രതീക്ഷ ആർട്സ് & സ്പോർട്സ് ക്ലബ്.' ചെറുപ്പക്കാരെല്ലാം അണിനി രന്ന പ്രതീക്ഷയുടെ പ്രവർത്തനങ്ങൾ വിദ്യാഭ്യാസ ചർച്ചയിലേക്കും കവി യരങ്ങിലേക്കും പ്രഭാത ഭേരിയിലേക്കും സാക്ഷരതാ പ്രവർത്തനത്തി ലേക്കും വ്യാപിച്ചു. 'പ്രതീക്ഷ'യുടെ ഒന്നാം വാർഷികം നാടിനെ പിടി ച്ചുകുലുക്കിയത്, നാട്ടിൽ ആദ്യമായവതരിപ്പിക്കപ്പെട്ട വൈവിധ്യമാർന്ന കലാപ്രകടനങ്ങൾ കൊണ്ടായിരുന്നില്ല. ഉദ്ഘാടന സമ്മേളനത്തിലെ ഒരാ ശംസാപ്രസംഗംകൊണ്ട് അതുവരെ ആരും കേട്ടിട്ടില്ലാത്ത വാദമുഖങ്ങൾ നിരത്തി സുകുമാരൻമാഷ് നാട്ടുകാരെ അക്ഷരാർത്ഥത്തിൽ ഞെട്ടിച്ചു. തന്റെ ദാർശനിക പിൻബലത്തിൽ രൂപംകൊണ്ട ക്ലബിന്റെ വാർഷികാ ഘോഷം എന്ന നിലയ്ക്ക് അധിക സന്തോഷത്തിനുള്ള ന്യായമായ അവകാശം വിനിയോഗിച്ച് മാസ്റ്റർ, അന്ന് പതിവിലേറെ ഉന്മേഷവാനാ യിരുന്നു. പഞ്ചായത്ത് പ്രസിഡന്റിന്റെ ഉദ്ഘാടനവും മറ്റും കഴിഞ്ഞ് മാ ഷുടെ ആശംസാ പ്രസംഗത്തിന്റെ സമയമെത്തിയപ്പോൾ അധിക സന്തോഷത്തിൽ വഴുതി നാക്കൊന്നുടക്കി. വാക്കൊന്ന് പതറി. സദസ്സിൽ വരാനിരിക്കുന്ന കലാപരിപാടികൾക്ക് അക്ഷമരായിരുന്ന ജനക്കൂട്ടത്തി നിടയിൽനിന്ന് ആരോ കൂവി. മാഷുടെ ദൃഷ്ടിയിൽ പെട്ടത് രാത്രി ദർസ് വിട്ട് വന്ന തൊപ്പിവച്ച മോല്യാർകുട്ടികളാണ്. ക്ഷോഭമടക്കാനാവാതെ സുകുമാരൻമാഷ് മൈക്കിന് മുമ്പിൽനിന്ന് അലറുകയായിരുന്നു. നിങ്ങൾ എല്ലാകാലത്തും ഇതുതന്നെയാണ് ചെയ്തത്. സത്യം പറയുന്നവരെ കല്ലെറിയുന്ന സമുദായമാണ് നിങ്ങൾ. നിങ്ങളെ നന്നാക്കാൻ ശ്രമി ച്ചവരെയെല്ലാം നിങ്ങൾ ആക്രമിച്ചിട്ടേയുള്ളൂ.... അപ്രതീക്ഷിതമായ ആക്രമണത്തിൽ സദസ്സിനേക്കാളേറെ പകച്ചത് സംഘാടകരായിരുന്നു. ഏതാണ്ട് തൊണ്ണൂറ് ശതമാനവും മുസ്ലിങ്ങളുള്ള ഒരു പ്രദേശമാണ്. വിദ്യാ ഭ്യാസമുള്ളവർ വളരെ കുറവ്. എന്തും അവർ ക്ഷമിക്കും. പക്ഷേ, സമു ദായത്തെ ഒന്നടങ്കം ആക്ഷേപിച്ച് മൈക്കിന് മുമ്പിൽവന്ന ഒരുവൻ പ്രസം ഗിച്ചാൽ... വരാനിരിക്കുന്ന കൊടുംദുരന്തം കർട്ടൺ വലിച്ചിട്ട് തടയാനായി സ്റ്റേജിലേക്ക് കയറിയ ദേവദാസിനോടായി മാഷ് മൈക്കിൽ തന്നെ തു

ടർന്നു. 'എന്റെ ദേവാ, മുഹമ്മദ് നബിയോട് ഇവരെന്താണ് ചെയ്തത്? മക്കയിൽനിന്ന് മദീനയിലേക്ക് കല്ലെറിഞ്ഞോടിച്ചില്ലേ ഇവർ ആ പാവത്തിനെ? യേശുക്രിസ്തുവിനെ നിങ്ങൾ കുരിശിൽ തറച്ചില്ലേ? സോ ക്രട്ടീസിന് വിഷം നല്കിയില്ലേ? ഗാന്ധിജിയെയും ലിങ്കനെയും വെടി വെച്ച് കൊന്നില്ലേ.. സത്യം പറയുന്നവരെ മുഴുവൻ കശാപ്പു ചെയ്ത ചരിത്രമേയുള്ളു എല്ലാ സംഘടിത മതങ്ങൾക്കും ഗ്രൂപ്പുകൾക്കും...." കർ ട്ടനിടാൻ പോയ ദേവൻ അന്തിച്ചു നില്ക്കുന്നതിനിടയിൽ മാഷ് പ്രസംഗം സ്വയം നിർത്തി. വലിയൊരു നിശ്ശബ്ദതക്കൊടുവിൽ സദസ്സിൽ നിന്നാരോ കൈയടിച്ചു. പിന്നെ കൂട്ടക്കൈയടി. ഭയപ്പെട്ടതൊന്നും സംഭവിച്ചില്ല. അന്നോ പിറ്റേന്നോ ആരും മാഷെ ചോദ്യം ചെയ്തില്ല. സുകുമാരൻമാഷ് തന്റെ വഴങ്ങാത്ത വിചാരലോകവുമായി കൂട്ടുകൂടിയും കലഹിച്ചും നാട്ടു കാരിലൊരാളായി പിന്നെയും കുറെക്കാലം കൂടി അവിടെ നിന്നു; സ്വന്തം നാട്ടിലല്ലാത്ത മറ്റേതോ സ്കൂളിലേക്ക് സ്ഥലംമാറ്റമാവുംവരെ.

****

കുട്ടിക്കാലത്തിന്റെ ഓർമ്മകൾക്കൊപ്പം ലഹരിയുടെ ഓളവുമുണ്ട്. അച്ഛന്റെ പ്രിയപ്പെട്ട ചങ്ങാതിയായിരുന്ന കേളുച്ചോൻ എന്ന കേളു ച്ചേകവരാണ് അഞ്ചുവയസ്സുകാരന്റെ നാക്കിൽ പനങ്കള്ള് കൊണ്ട് ഹരി ശ്രീ കുറിച്ചത്. വേലു എന്ന വല്യച്ഛന്റെ ഉറ്റകൂട്ടുകാർ രണ്ട് പേരാണ്. കേളുച്ചോനും ആനച്ചാത്തനും. കൂപ്പിൽ മരംപിടിക്കാൻ പോകുന്ന ആനയുടെ പാപ്പാനാണ് ചാത്തൻ. മൂന്നുപേരും കൂടിയാൽ വലിയ ആഘോഷപ്പുകിലാണ്. അത്തരം തിമിർപ്പിനിടെ വീട്ടിലെ പന ചെത്തി യിറക്കിയ കേളുച്ചോന്റെ കള്ളും കുടത്തിന് ചുറ്റും ഞാനും രാധയും അടക്കിപ്പിടിച്ച ആകാംക്ഷയുമായി വട്ടംപിടിക്കുകയായിരുന്നു. നുരയും പതയുമുണ്ട്. അമ്മിണിപ്പയ്യിന്റെ പാല്തന്നെ. കുടിച്ചാലോ? ഞങ്ങളുടെ ഭാവമറിഞ്ഞതുപോലെ കേളുച്ചോൻ അടുത്തെത്തി. 'ഇതേത് പയ്യിന്റെ പാലാ'? ആകാംക്ഷ അണപൊട്ടി. "അത് പയ്യിന്റെല്ല, പനേന്റു. പനമ്പാ ല്! കൊതിപൂണ്ട് നിന്ന ഞങ്ങളെ നോക്കി കേളുച്ചോൻ അകത്തേക്ക് വി ളിച്ചു പറഞ്ഞു: 'കമ്മളേ, കുട്ട്യാക്കിത്തിരി പാല് കൊടുക്കാട്ടോ?" അകത്ത് ചാത്തൻമൂപ്പനുമായി വെടിവട്ടത്തിനിടെ വല്യച്ഛരനത് കേട്ടോ എന്തോ. കേളുച്ചോൻ കനിഞ്ഞു നല്കിയ പനമ്പാല് പള്ള നെറച്ചും കുടിച്ച് ഞങ്ങൾ ഏമ്പക്കം വിട്ടു. പിന്നെ ഓർമ്മകളില്ല. ഛർദ്ദിച്ചും തൂറിയും അവശരായ രണ്ട് കുട്ടികളെപ്രതി, വർഷങ്ങൾ പഴക്കമുള്ള ചങ്ങാത്തം വീണ്ടുപൊട്ടി. മുറിച്ചിട്ട പനക്കൊപ്പം രണ്ട് കൂട്ടുകാരുടെ സ്നേഹബന്ധവും മുറിഞ്ഞുവീണു. പിന്നീട് വർഷങ്ങൾക്കുശേഷം കേളുച്ചോന്റെ മകന്റെ മകൻ സുധിയുമൊത്ത് ഒാട്ടുപാറയിലെ സായാഹ്നവെയിലത്തിരുന്ന് പലതരം ലഹരികളെക്കുറിച്ച് സംസാരിക്കുമ്പോൾ ഞാനവനോട് ചോ ദിച്ചു: നീ ചാരായം കുടിച്ചിട്ടുണ്ടോ?

സുധിയുടെ വീട്ടിൽ വാറ്റുണ്ടായിരുന്നു. കോളേജ് പഠനകാലത്ത് സുധി തന്നെയും വാറ്റുമായിരുന്നു. 'നമ്മളുടേതായ വെള്ളം, നമ്മൾ തന്നെ

ഉണ്ടാക്കി, നമ്മൾ തന്നെ കുടിക്കുന്നതിന് പൊലീസിനെന്താ' എന്ന ന്യായം അഖിലലോക നാടൻ പ്രേമികൾക്കായി സംഭാവന ചെയ്തത് സുധിയുടെ ചെറിയച്ഛനായിരുന്നു. അന്നാട്ടിലെയും അയൽനാട്ടിലെയും പ്രധാന നാടൻ കേന്ദ്രമായിരുന്നു ഒരുകാലത്ത് സുധിയുടെ വീട്.

"ഒരു പ്രാവശ്യം" സുധി പറഞ്ഞു.

ചിലരങ്ങനെയാണ്. എല്ലാം ഒന്നറിഞ്ഞ് വെക്കും. പിന്നെ തൊടില്ല. സുധിയും അത്തരം നിർബ്ബന്ധബുദ്ധിയുടെ സുരക്ഷിതത്വമുള്ള സവിശേഷഗണത്തിൽപെടുമെന്നോർക്കുന്നതിനിടെ അവൻ തുടർന്നു. ടേസ്റ്ററിയാനും സ്വഭാവമറിയാനുമൊന്നുമല്ല. വെശന്ന് അണ്ണിമറിഞ്ഞിട്ടാ ചങ്ങായീ.... ഒരു ദിവസത്തെ മുഴുപ്പട്ടിണിക്കുശേഷം രാത്രിപാതിരാക്ക് വെശപ്പ് സഹിക്കാനാവാതെ ഇരുട്ട് മുറിച്ച് കടന്ന് അടുക്കളയിലെത്തി തിന്നാൻപറ്റുന്ന എന്തെങ്കിലും സാധനം തപ്പിത്തപ്പി, ഒടുവിൽ പിറ്റേദി വസത്തെ പറ്റുകാരെക്കാത്ത് അമ്മയൊരുക്കിവെച്ച മങ്കുരുണിയെടുത്ത് വിശപ്പാറുംവരെ കുടിച്ച ഒരാറാംക്ലാസുകാരന്റെ കഥ പറഞ്ഞു സുധി. ഞാൻ സൂക്ഷിച്ചുനോക്കി. അവന്റെ കണ്ണുകളിൽ നനവുണ്ടോ? ഇല്ല. പകരം പട്ടിണിയുടെ നാനാർത്ഥങ്ങൾ പരിശീലിച്ചവരിൽ മാത്രം കാണാ നാവുന്ന ഇച്ഛയുടെ വല്ലാത്തൊരു തിളക്കമുണ്ടായിരുന്നു.

കാച്ചുള്ള (വാറ്റ്) എല്ലാ വീടുകളുടെയും സ്ഥിതി ഇതുതന്നെയായി രുന്നു. അല്ലെങ്കിൽ അത്യധികമായ വിശപ്പിന്റെയും ദാരിദ്ര്യത്തിന്റെയും നിർമ്മിതികൂടിയായിരുന്നു, കള്ളക്കാച്ച് എന്ന നാടൻ വാറ്റ്. രണ്ടോമൂന്നോ കിലോ വെല്ലം (വാറ്റിനുള്ള വാഷ് നിർമ്മിക്കാനുപയോഗിക്കുന്ന പ്രത്യേക ശർക്കര) മാത്രം മതി. പിന്നെ ചങ്കുറപ്പും. സ്വന്തം വീടിന്റെ ജഠരാഗ്നി കെടുത്താൻ അവരുണ്ടാക്കുന്ന തീത്തൈലം തലമുറകളുടെ അജ്ഞാ തമായ ആധികൾക്ക് മരുന്നായി ഭവിച്ചതിന്റെ പുണ്യം നാട്ടുനന്മക്കൊപ്പം അലിഞ്ഞില്ലാതായിരിക്കണം. വർഷങ്ങൾക്കിപ്പുറം, പലതരം ലഹരി കളുടെ താഢനവും തലോടലുമറിഞ്ഞ് നിർമ്മമമായിരിക്കുമ്പോഴും ഉന്മാ ദത്തിന്റെ ആദ്യാക്ഷരങ്ങൾ പകർന്ന കുട്ടിക്കാലത്തിന്റെ ഓർമ്മകൾ തികട്ടും. അതുകൊണ്ടുതന്നെയാവണം ഇടക്കെപ്പോഴെങ്കിലും അവി ടെയെത്തുമ്പോൾ 'നാടൻ സാദ്ധ്യത' യെക്കുറിച്ച് അറിയാതെ അന്വേ ഷിച്ചുപോവുന്നത്. പക്ഷേ, നാട്ടിലെ ചങ്ങാതിമാർക്കിപ്പോൾ ഒറ്റ മറു പടിയേ ഉള്ളു. 'ഇല്ലെടാ, ഫോറിൻ നോക്കാം. മിലിട്ടറിയും റെഡി. മറ്റേ പരിപാടിയേ എല്ലാരും നിർത്തി'. പരിഷ്കാരം നക്കി നന്നാക്കിയ ഈ നാട്ടിൻപുറത്തും ഫോറിൻ നന്മകളുടെ ഉന്മാദ വസന്തമാണിപ്പോൾ.

9

സുജാത

എവിടെയാണെങ്കിലും രാത്രിയാവാൻ തുടങ്ങിയാൽ എനിക്കെ പ്പോഴും സുജാതയെ ഓർമ്മ വരും. ബാല്യകാല സ്വപ്നങ്ങളിൽ വർണ്ണങ്ങൾ നിറച്ച കൂട്ടുകാരിയായിരുന്നു സുജാത. രാത്രിയുടെ സൂച നകളുമായി സന്ധ്യാദീപം തെളിഞ്ഞാൽ മതി, സുജാത കരയാൻ തുടങ്ങും.

ഞങ്ങൾ കുട്ടികളെല്ലാം കാലും മുഖവും കഴുകി നിലവിളക്കിന് മുമ്പിൽ നാമജപം തുടങ്ങുമ്പോൾ അവൾ പതുക്കെ അകത്തെ മുറിക ളിലൊന്നിലേക്ക് വലിയും. കുടുസ്സുമുറിയുടെ ഏതെങ്കിലുമൊരു കോണി ലേക്ക് ഒതുങ്ങികൂടിയിരുന്ന് ശബ്ദം പുറത്തുവരാതെ ഏങ്ങലടിക്കും. 'ആ പെണ്ണെവിടെ, ഇരുട്ടു പിടിച്ചു തിന്നോ?' എന്ന് ചോദിച്ചുകൊണ്ടാണ് കുളി കഴിഞ്ഞ് ഭസ്മം തൊട്ട് അച്ഛമ്മ വരിക. അതു കേൾക്കേ അകത്തുനിന്ന് അമർത്തിവെച്ചിരുന്ന ഏങ്ങലപ്പാടെ പൊട്ടിക്കീറുന്ന ഒരു നിലവിളിയാ വും. 'രാത്രിയായല്ലോ, ചെയ്ത്താൻമാര് വരവല്ലോ, ഇർട്ട് പ്പന്നെ തിന്നു ല്ലോ' എന്നിങ്ങനെ ഒരഞ്ചുവയസ്സുകാരിയുടെ ഏറ്റവും വലിയ ആത്മ സംഘർഷങ്ങളുമായി അവൾ അലമുറയിടും.

അതു കേൾക്കുമ്പോൾ കുട്ടികളും മുതിർന്നവരുമടക്കം ബാക്കിയെ ല്ലാവരും വലിയ വായിൽ ചിരിക്കും. ഒട്ടും പ്രതീക്ഷിക്കാതെ ദാക്ഷിണ്യ മില്ലാത്ത പിശാചുക്കൾക്കിടയിൽ അകപ്പെട്ടതുപോലെ സുജാത കൂടു തൽ പേടിക്കും. അപ്പോഴേക്കും 'നിർത്തെടീ കരച്ചിൽ' എന്ന് പല മൂല കളിൽനിന്നും ശബ്ദമുയരും. ചിലത് ആക്രോശങ്ങൾ, ചിലത് പരിഹാസം, ചിലത് ഭീഷണി...സമാശ്വാസവും സാന്ത്വനവും ഒന്നിലുമുണ്ടാവില്ല.

ഞങ്ങൾ കുട്ടികൾക്കിടയിൽ സുജാതയ്ക്ക് മാത്രമായിരുന്നു അച്ഛ നില്ലാത്തത്. മരിച്ചുപോയതല്ല, അവളുടെ അമ്മ കല്യാണം കഴിച്ചിട്ടുമില്ല.

വലിയൊരു കൂട്ടുകുടുംബത്തിനകത്ത് ഓർത്തെടുക്കാൻ ഏറെ വിഷമ മുള്ള ഒരകന്നബന്ധത്തിന്റെ അവശബലത്തിൽ ഒച്ചയൊതുക്കി, പല പ്പോഴും മാഞ്ഞുപോയതുപോലെ അവർ ജീവിച്ചതും അതുകൊണ്ടാവാം.

മറ്റുള്ളവരുടെ മൃഗയാവിനോദം അകവും പുറവും ചോരയൊലിപ്പിച്ചു തുടങ്ങിയാൽ സുജാത സർവ്വ നിയന്ത്രണവും വിടും. ചുറ്റുവട്ടത്തെ വീടു കൾ, തൊടികൾ, വഴികൾ എല്ലാം കടന്ന് ആ കുരുന്നു കരച്ചിൽ പരമാ വധി വളരും. അപ്പോൾ മാത്രം അവർ വല്ലാത്തൊരാവേശത്തോടെ എവിടെ നിന്നോ സുജാതയ്ക്കടുത്തെത്തും. പിന്നെ എന്തെന്നും ഏതെന്നും നോക്കാതെ തലങ്ങും വിലങ്ങും അടിയാണ്. ശബ്ദം നേർ ത്ത് നേർത്ത് ഏങ്ങലുകൾ നിലച്ച് സുജാത ഉറങ്ങും. ഇടയ്ക്ക് ക്രമം തെറ്റിയ ഇടവേളകളിൽ ഓർമ്മകൾ ഓക്കാനിക്കുന്നതുപോലെ ഒരു കര ച്ചിലിന്റെ പിടച്ചിൽ മുറിഞ്ഞെത്തും: ഹൃദയത്തിലേറ്റുവാങ്ങി അത് പൂരി പ്പിക്കുന്നതുപോലെ സുജാതയുടെ അമ്മ കണ്ണുകളടച്ച് വിതുമ്പും. പര മാവധി ഒച്ച താഴ്ത്തിയ ആ നിശ്ശബ്ദ വേദന അവരിൽതന്നെ ഒടുങ്ങും. സന്ധ്യാനാമം പോലെ പതിവുള്ളതാണെങ്കിലും ഈ കരച്ചിൽ എല്ലാ ദിവസവും ഓരോ പുതിയ സങ്കടമായി എന്റെ തൊണ്ടയിൽ കുരുങ്ങി ക്കിടക്കും.

നേരം പുലർന്നാൽ പിന്നെ, എന്റെ കരച്ചിലിന്റെ ഊഴമാണ്. എല്ലാ വരും ഉത്സാഹത്തോടെ സ്കൂളിലേക്കൊരുങ്ങുമ്പോൾ എന്റെയുള്ളിൽ തീയുയരും. സ്കൂളിനെക്കുറിച്ചുള്ള ഓർമ്മയായിരുന്നു എന്റെ മനസ്സിനെ പേടിപ്പിച്ച ആദ്യത്തെ ഇരുട്ട്. ബഹുവിധമായ പ്രലോഭനങ്ങൾക്കും ഭീഷ ണികൾക്കും വഴങ്ങാതെ ഉമ്മറത്ത് ഉടുമ്പിനെപ്പോലെ അള്ളിപ്പിടിച്ച് ചിണു ങ്ങിക്കൊണ്ടിരിക്കുന്ന എന്നെ ഒന്നിരുത്തിനോക്കി, അമ്മ മുറ്റത്തുനി ന്നൊരു പാരിജാതക്കൊമ്പൊടിക്കും. പെട്ടെന്ന് സുജാത ഓടിവന്ന് 'വാ ഞാനിന്ന് നെന്റെ കൂടെയിരിക്കാ' മെന്ന് കൈപിടിച്ച് വലിക്കും. വടി ചുഴറ്റി മറ്റെവിടേക്കോ നോക്കുന്ന അമ്മയെ നോക്കി നോക്കി സുജാതയുടെ പി ന്നാലെ ഏങ്ങലടിച്ചുകൊണ്ട് ഞാൻ ഒതുക്കുകൾ ഇറങ്ങും. അപ്പോഴേ ക്കും സ്കൂളിൽനിന്നുള്ള ആദ്യ ബെൽ മുഴങ്ങുന്ന ശബ്ദം കേൾക്കാം. അതുവരെ കാത്തുനിന്നിരുന്ന കുട്ടികളെല്ലാം കൂട്ടയോട്ടമാവും. ഞാനും സുജാതയും പിന്നിൽ വളരെ പതുക്കെ എത്താതിരുന്നെങ്കിൽ എന്ന മട്ടിൽ അടിവെച്ചടിവെച്ച് നടക്കും.

ഏതാണ്ടെല്ലാ പ്രഭാതങ്ങളും കരച്ചിലും പിഴിച്ചിലും സ്കൂൾ ഭീതി കളുമൊക്കെയായി ഏറെക്കുറെ വിരസമായിരിക്കും. സ്കൂളിലേക്കുള്ള ചെറിയ നടവഴിക്കിരുപുറവും വളർന്നു നില്ക്കുന്നത് കപ്പകൃഷിയാണ്. പതിവുയാത്രയ്ക്കിടയിൽ ഒരു ദിവസം ഞാൻ സുജാതയെയും കൂട്ടി കപ്പക്കാട്ടിലേക്ക് നടന്നു. വഴിയിൽനിന്ന് തെല്ലകലെയായി ആരുടെയും ശ്രദ്ധയിൽപെടാത്ത തണലിലിരുന്നു. 'സ്കൂളിൽ പോണ്ടേ?' എന്ന അവ ളുടെ ചോദ്യത്തിന് 'ആരുമറിയില്ല ആരോടും പറയണ്ട' എന്ന് ഞാൻ ആശ്വസിപ്പിച്ചു. കപ്പച്ചെടികൾക്കിടയിലൂടെ അരിച്ചെത്തുന്ന വെളിച്ച

ത്തിന്റെ ചെറിയ വട്ടങ്ങൾ പിടിച്ചു കളിച്ചും കഥകൾ പറഞ്ഞും ഞങ്ങളാ ദിവസം ഉത്സവമാക്കി. വൈകുന്നേരം പതിവിലേറെ സന്തോഷത്തോടെ വീട്ടിലേക്ക് ഓടിക്കിതച്ചെത്തിയ ഞങ്ങളെ അത്രമാത്രം ആഹ്ലാദത്തോടെ ആരും കണ്ടിരിക്കുകയില്ല.

പിറ്റേന്ന് രാവിലെ പതിവിന് വിപരീതമായി നേരത്തെ കുളിച്ചൊ രുങ്ങി കുറി തൊട്ട് സ്കൂളിലേക്ക് പുറപ്പെടാൻ തയ്യാറായ എന്നെക്കണ്ട് എല്ലാവരും അമ്പരക്കുക തന്നെ ചെയ്തു. 'നല്ല കുട്ടി' എന്ന് എല്ലാവരു ടെയും ഉമ്മ കിട്ടി. വല്ലാത്തൊരു മഹാ നിഷ്കളങ്കതയോടെ അതെല്ലാം ഏറ്റുവാങ്ങി, നിങ്ങൾ നടന്നോ ഞങ്ങൾ എത്താമെന്ന് മറ്റുള്ളവരെ മുന്നി ലാക്കി ഞാനും സുജാതയും ഞങ്ങളുടെ പുതിയ വിദ്യാലയത്തിന്റെ രഹ സ്യപാഠങ്ങളിലേക്ക് പതുക്കെ പ്രവേശിച്ചു. അവിടെ വെച്ചാണ് നൈസർ ഗ്ഗികമായ അന്വേഷണങ്ങൾ ആരംഭിക്കുന്നത്. അറിവുകൾ ശേഖരിച്ചു തുടങ്ങുന്നത്. ആങ്കുട്ടികളുടെ മൂത്രമൊഴിക്കുന്ന സാധനം നീണ്ടിരിക്കു ന്നതിന്റെയും പെൺകുട്ടികളുടേത് കുഴിയായിരിക്കുന്നതിന്റെയും കൗതുക ങ്ങൾ പങ്കുവെച്ചത്. കാരണം ആരോട് ചോദിക്കും? കുട്ടികളെ എങ്ങനെ യാണ് പ്രസവിക്കുക, ഏതുവഴിയാണ് പ്രസവം നടക്കുക. തുടങ്ങിയ സംശയങ്ങൾക്ക് മുതിർന്നവർ പറഞ്ഞത് കള്ളത്തരങ്ങളാണെന്ന് ഞങ്ങൾ കണ്ടെത്തി. താഴേലെ ആടിന്റെ പ്രസവം നേരിൽ കണ്ട അനുഭവം സുജാത വള്ളിപുള്ളി വിടാതെ വിവരിച്ചു. വല്ലാത്തൊരു ആവേശത്തോ ടെയും കൗതുകത്തോടെയുമായിരുന്നു കപ്പക്കാട്ടിലെ സംസാരങ്ങളെല്ലാം.

മണ്ണെണ്ണ വിളക്കിന് മായ്ച്ചുകളയാനാവാതെ ഇരുട്ട് നിറഞ്ഞ വീട്ട കങ്ങൾ എല്ലാ രാത്രികളിലും സുജാതയെ കരയിച്ചുകൊണ്ടിരുന്നു. പക ലുകൾ ഞങ്ങൾ കപ്പക്കാട്ടിലെ നിഴൽത്തണുപ്പിൽ പരസ്പരം രസിച്ചും രസിപ്പിച്ചും കഴിയും. ഒരു ദിവസം അച്ഛൻ അമ്മയെ ഉമ്മവെക്കുന്നതെ ങ്ങിനെയെന്ന് ഞാനവൾക്ക് കാട്ടിക്കൊടുത്തു. പെട്ടെന്ന് സുജാത ഇപ്പോ കരയുമെന്നായി. എല്ലാവരോടും പറയുമെന്ന് ഭീഷണിയായി. എനിക്ക് വലിയ പേടി തോന്നി. ആരോടും പറയരുതെന്നും മിഠായി വാങ്ങിത്തരാ മെന്നുമെല്ലാം അറിയാവുന്ന പ്രലോഭനങ്ങളിറക്കി നോക്കിയെങ്കിലും സുജാത അമ്മയോട് പറയുമെന്ന ഒറ്റവാശിയിൽനിന്നു. ഒടുവിൽ ധൈര്യം സംഭരിച്ച് ഞാനൊരു ഭീഷണിമുഴക്കി. "വലുതാവുമ്പോൾ ഞാനൊരു ശാസ്ത്രജ്ഞനാവും. സ്വിച്ചിടുമ്പോൾ ഇരുട്ട് പരക്കുന്ന ഒരു ബൾബ് ക ണ്ടുപിടിക്കും.

അതോടെ സുജാതയുടെ കാറ്റുപോയി. അയ്യോ വേണ്ട പറയില്ല. ഇരുട്ട് മാത്രമുണ്ടാക്കരുതെന്ന് അവൾ കെഞ്ചി. അങ്ങനെ വഴിക്കുവാ എന്ന് ഞാനവളെക്കൊണ്ട് അമ്മ അച്ഛനു നല്കുന്ന ഉമ്മ വരപ്പിച്ചു.

സ്വാതന്ത്ര്യത്തിന്റെയും സന്തോഷത്തിന്റെയും സുന്ദര ദിനങ്ങൾ പക്ഷേ, അധികം നീണ്ടുനിന്നില്ല. ജോലിക്കുപോകാത്ത ഒരു ദിവസം വെറുതെ പുറത്തേക്കിറങ്ങിയ ചെറിയച്ഛൻ കപ്പക്കാട്ടിലെ കള്ളകൃഷി കണ്ടുപിടിച്ചു. ഹരിത വിദ്യാലയം കണ്ടുകെട്ടി. അടിയായി, ബഹളമായി,

എട്ടും പൊട്ടും തിരിയാത്ത രണ്ടു പീക്കിരിപ്പിള്ളേള് നടത്തിയ കളിതമാശ പക്ഷേ, തറവാട്ടിൽ വൻ കലഹമായി. എല്ലാ പിഴയും ഒടുവിൽ കിട്ടി യത് സുജാതയ്ക്കും അമ്മയ്ക്കുമായിരുന്നു. അവളുടെ മകൾ അങ്ങ നെയേ വരൂ എന്ന് ഒരഞ്ചുവയസ്സുകാരിയുടെ നിഷ്കളങ്ക മുഖത്തുനോ ക്കി എല്ലാവരും വലിയ മാന്യന്മാരായി. ആ ഭൂകമ്പത്തിന്റെ തുടർചല ങ്ങൾ പിന്നീടുള്ള അവരുടെ ദിനരാത്രങ്ങളെ ചുട്ടുപൊള്ളിച്ചിരിക്കണം. ഒരു ദിവസം നേരം പുലർന്നപ്പോൾ സുജാതയും അമ്മയും അവിടെയു ണ്ടായിരുന്നില്ല. ഒരു താല്പര്യവുമില്ലെങ്കിലും ബന്ധുഗൃഹങ്ങളിലൊക്കെ പേരിനൊരന്വേഷണം നടത്തിക്കാണും. പക്ഷേ, പിന്നീടൊരിക്കലും അ വരെക്കുറിച്ച് ആരും ഒരു വിവരവുമറിഞ്ഞില്ല, ചത്തതായും ജീവിച്ചിരി ക്കുന്നതായും.

ഞാൻ വളർന്നു. രണ്ടു കുട്ടികളുടെ അച്ഛനായി, സുജാതയും വളർ ന്നിട്ടുണ്ടാവും. അവൾക്കും കുട്ടികളുണ്ടാവും. പല യാത്രകൾക്കിടയിലും പല സ്ഥലത്തും ഞാൻ സുജാതയെ തിരയും അവളുടെ ഇരുൾ പേടി ഇപ്പോൾ മാറിയിട്ടുണ്ടാകും. ജീവിതമാകെ ഇരുൾമൂടിയാൽ പിന്നെ വെളി ച്ചത്തെയാകും ഭയം. അങ്ങനെയാകാതിരിക്കട്ടെ. എന്റെ ജീവിതത്തിലാ ണെങ്കിൽ രാത്രികൾ ഉന്മാദത്തിന്റെ പുത്തിരി കത്തിക്കുന്ന ഉല്ലാസ വേ ളകളാവാൻ തുടങ്ങിയിരുന്നു. പകൽ മുഴുവൻ കിടന്നുറങ്ങി രാത്രിക ളിൽ മാത്രം സജീവമാകുന്ന ഒരു ജീവിതക്രമത്തിലായിരുന്നു ഇടക്കാ ലത്ത്. സദാ ഉണർന്നിരിക്കുന്ന കോഴിക്കോടൻ രാത്രികൾ. കത്തിമൂർച്ച കൾ കിരുകിരുക്കുന്ന കൊച്ചി രാത്രികൾ, കായൽ കാറ്റിലുറങ്ങുന്ന ആ ലപ്പുഴ രാവുകൾ... പലവിധമായ രാത്രി സഞ്ചാരങ്ങളിൽ ഉന്മത്തനായി നടക്കുമ്പോഴും വെളിച്ചത്തിന്റെ പൊത്തുകളിലേക്ക് ഞാൻ എത്തി നോക്കും. ഇരുട്ടു തിന്നുമെന്ന് ഭയന്ന് കൂനിക്കൂടിയിരിക്കുന്ന ഒരഞ്ചുവയ സ്സുകാരിയുടെ വിവർണ്ണമുഖമല്ലാതെ എത്ര ശ്രമിച്ചിട്ടും മറ്റൊന്നും എനി ക്കവിടെ തിരയാനാവുന്നില്ലല്ലോ.

10

ഏകാകികളുടെ ആൾക്കൂട്ടം

എല്ലാ മനുഷ്യർക്കുമുണ്ട് നിർണ്ണായകമായ ചില ജീവിത സന്ധി
കൾ. അനിശ്ചിതത്വത്തിന്റെ അക്കരെയിക്കരെകൾക്കിടയിൽ ആടിയുല
യുന്ന അനിവാര്യ സന്ദർഭങ്ങൾ. ധീരന്മാർ അവയോരോന്നും അടിപത
റാതെ ആത്മധൈര്യത്തോടെ അതിജീവിച്ച് കൂടുതൽ തീക്ഷ്ണമായ
പരീക്ഷണങ്ങൾ തേടിപ്പോകും. ഒരിളം കാറ്റിനെപ്പോലും അതിജീവിക്കാ
നാവാത്തവരോ? അവരെക്കടന്നും ജീവിതം അതിദ്രുതം മുന്നേറും. അപ
രിചിതമായ ഭാവിയിലേക്ക് അപ്പൂപ്പൻ താടിപോലെ പറന്നകലുന്ന സ്വന്തം
ജീവിതത്തെ നിസ്സംഗമായി നോക്കിയിരിക്കേണ്ടിവരുന്ന നിസ്സഹായത.
അകത്തും പുറത്തും കറുത്ത വെളിച്ചങ്ങൾ മാത്രം നിറയുന്ന ആ കഠിന
ദിനങ്ങളുടെ ഏകാന്തത...അനുഭവിച്ചുകൊണ്ടിരിക്കുന്ന അവസ്ഥാ വിശേ
ഷങ്ങളുടെ ആഖ്യാനവും വ്യാഖ്യാനവും സാധൂകരണവുമൊക്കെയായി
എന്റെ കൗമാരത്തിലേക്ക് കടന്നിരുന്നാണ് *ആൾക്കൂട്ടം* എനിക്ക് പ്രിയ
പ്പെട്ട പുസ്തകമായത്.

അകാരണമായ അസ്വസ്ഥതകളുടേയും ഇച്ഛാഭംഗങ്ങളുടേയും കാല
മായിരുന്നു അത്. കടന്നുപോയവർ ഉപേക്ഷിച്ച തീക്ഷ്ണ സ്വപ്നങ്ങ
ളിലും വെളിപാടുകളിലുംനിന്ന് അലസമായി പ്രസരിച്ചിരുന്ന ചെറുവെളി
ച്ചങ്ങളേറ്റ് ഞങ്ങൾ 'ജ്ഞാനസ്നാനം' ചെയ്യപ്പെട്ടുകൊണ്ടിരുന്നു. 'പല
നിറങ്ങളിൽ പകലു കണ്ട, പകലറുതിയിൽ പരിഭ്രാന്തമാവുന്ന' അസ്വാ
സ്ഥ്യത്തിന് യാഥാർത്ഥ്യത്തിന്റെ യാതൊരടിസ്ഥാനവുമില്ലായിരുന്നു. കവി
തയുടേയും രാഷ്ട്രീയത്തിന്റേയും ദുർബ്ബലമായ പ്രതിരോധങ്ങൾ തകർത്ത്
അസ്ഥിയിലേക്ക് പടരാൻ തുടങ്ങിയ വിഷാദത്തിന്റേയും നിർവ്വികാരത
യുടേയും ഭയാനകമായ ആശ്ലേഷങ്ങളിൽ മയങ്ങിപ്പോകുമായിരുന്ന ജീവി
തത്തിന്റെ പ്ലാറ്റ്ഫോമിലേക്കാണ് 'വിക്ടോറിയ ടെർമിനസിലെ ആ

തീവണ്ടി' വന്നുനിന്നത്. 'കരിയും പൊടിയും പറ്റി കറുത്ത മനുഷ്യർ അതിൽനിന്ന് പുറത്തിറങ്ങി... ഒരു വലിയ തീവണ്ടിയിൽനിന്ന് ഉയിരെടുത്ത കൊച്ചു തീവണ്ടികൾ. തങ്ങളുടെ പാളങ്ങൾ തിരയുകയും സിഗ്നലിനു വേണ്ടി വിസിൽ വിളിക്കുകയുമായിരുന്നു അവർ. അകത്ത് തീയും പുറത്ത് കരിയുമായി അനവധി നാഴികകൾ ഓടാനുള്ള' അവരോടൊപ്പമായി പിന്നീട് എന്റെ സായാഹ്നങ്ങൾ. ആകാശത്തിനുകീഴിലെ വിഷയങ്ങ ളൊന്നുംതന്നെ അന്യമല്ലെന്ന മട്ടിൽ അവരെന്നോട് നിർമ്മമരായി പങ്കു വെക്കുകയും തർക്കിക്കുകയും ചെയ്തുകൊണ്ടിരുന്നു. ഒറ്റക്കൊരസ്ത മയത്തെ അഭിമുഖീകരിക്കാൻ എന്നെ പ്രാപ്തനാക്കും വരെ മഹാനഗര ത്തിന്റെ ആരവങ്ങളുടെ അകമ്പടിയോടെ ആൾക്കൂട്ടം എനിക്കൊപ്പമു ണ്ടായിരുന്നു.

1970 ലാണ് ആനന്ദിന്റെ *ആൾക്കൂട്ടം* ആദ്യം പുറത്തിറങ്ങുന്നത്. 78 ലെ റീ പ്രിന്റിന് ശേഷം തുടർച്ചയായ നിരവധി പതിപ്പുകൾ. മലയാള നോവലിന് അതുവരെ ഏറെ അപരിചിതമായിരുന്നു, *ആൾക്കൂട്ടത്തിന്റെ* പെരുമാറ്റ രീതികൾ. ബോംബെ മഹാനഗരത്തിന്റെ 'വിശാലമായ' ക്യാൻ വാസ് സജീവമായി ദ്യോതിപ്പിച്ച് നിർത്തി, തിളച്ചു മറിയുന്ന മനുഷ്യ രുടെ നിസ്സാരതയേയും നിരാലംബതയേയും അനിവാര്യമായ ജീവിതാ വസ്ഥകൾ എന്ന നിലയിൽ ദാർശനികമായി നിർദ്ധാരണം ചെയ്യുകയാണ് ആനന്ദ്. 'ലഘുവായ സുഖങ്ങളിലൂടെ ആവേശവും കലർപ്പുറ്റ ദുഃഖങ്ങ ളിലൂടെ ആശ്വാസവും നല്കി അവരുടെ അടിമത്തത്തിന് ലഹരി കൂട്ടു ന്ന ജീവിത'ത്തെയാണ് നോവൽ ഉടനീളം പിന്തുടരുന്നത്. അടിത്തട്ടിൽ ലീനമായ ഏകാന്തതയുടെ അനാസക്ത സൗന്ദര്യമാണ് ആവേശങ്ങളൊ ന്നുമില്ലാതെ കണ്ടെടുക്കുന്നത്.

വയൽ വരമ്പുകളും നാട്ടിടവഴികളും മാത്രം പരിചയിച്ചിരുന്ന കൗമാര വായന, 'മനുഷ്യരുടെ തിരക്കും ബിസിനസിന്റെ സംഘർഷ ങ്ങളും നിറഞ്ഞ നഗര'ത്തിലേക്ക് പാർപ്പ് മാറ്റുകയായിരുന്നു. വിശാല മായ നാലുകെട്ടുകളിലെ സ്ഥൂല ജീവിതങ്ങളിൽനിന്ന് ഒരായുസ്സ് ഒരേ കട്ടിലിൽ കഴിച്ചുകൂട്ടേണ്ടിവരുന്നവരുടെ സൂക്ഷ്മ ലോകങ്ങളിലേക്ക് കാഴ് ചകൾ മാറി. 'അടുത്ത കട്ടിലിൽ താമസിക്കുന്ന മെലിഞ്ഞു വെളുത്ത മ നുഷ്യൻ' എന്നാണ് ലോഡ്ജിലെ തന്റെ അയൽപക്കക്കാരനെക്കുറിച്ച് ജോസഫ് പറയുന്നത്. 'വെറും ആഗ്രഹങ്ങൾ കൊണ്ടുതന്നെ പലപ്പോഴും നിറഞ്ഞുപോകുന്ന മനുഷ്യർ'ക്കിടയിൽനിന്ന് സുനിൽ, പ്രേം, രാധ, സുന്ദർ, ലളിത.. അസാധാരണമായ വ്യക്തി വിശേഷങ്ങളുമായി സാധാ രണ ജീവിതത്തെ പൊളിച്ചുകാട്ടാത്ത ഒരു കഥാപാത്രവുമില്ല, *ആൾക്കൂട്ടത്തിൽ.*

അപ്രതീക്ഷിതമായ വഴികളിലേക്ക് യാതൊരു മുന്നറിയിപ്പുമില്ലാതെ തെന്നിമാറുന്ന ജീവിതത്തെ സ്വാഭാവികമായ സമചിത്തതയോടെ പിന്തു ടരുന്ന കഥാപാത്രങ്ങൾ. ഏറെ മുന്നൊരുക്കങ്ങൾക്കുശേഷം സ്വായത്ത മാക്കാനിരിക്കുന്ന കിനാവിലെ ഫലമല്ല ജീവിതമെന്നും ആഹ്ലാദവും

ദുഃഖവും ചിരിയും കണ്ണീരും ഏകാന്തതയും കൂടിക്കലർന്ന മഹാസ
മസ്യയും ഉത്തരവുമെല്ലാമാണതെന്നും നാമറിയുന്നു. ആർക്കും ആ
രെയും ആശ്വസിപ്പിക്കാനാവാത്ത നിസ്സഹായതയും അമിത പ്രതീക്ഷ
കൾക്കിടയില്ലാത്ത നിരർത്ഥകതയുമാണ് അതിന്റെ അടയാളങ്ങൾ. ആ
കസ്മികതകളിൽനിന്ന് ആകസ്മികതകളിലേക്ക് വളർന്നില്ലാതാകുന്ന
ഒരു നിരശൂന്യതയെച്ചൊല്ലിയുള്ള തീരാവേവലാതികൾക്ക് എന്തടിസ്ഥാ
നമാണുള്ളത്? 'ജീവിതത്തിൽനിന്ന് വിട്ടുനില്ക്കുന്ന ഒരാൾക്കാണ് അത്
മുഷിപ്പനായി തോന്നുക...അതിൽനിന്ന് വേറിട്ട് പോകുന്നവർക്കേ വിര
ക്തി തോന്നുകയുള്ളൂ.' എന്ന് പ്രേം തന്റെ ദർശനത്തിലൂടെ സമാധാനം
കണ്ടെത്തുന്നുണ്ട്.

നഗരവും അതിന്റെ യാന്ത്രിക മനസ്സും മനുഷ്യരിൽ സൃഷ്ടിക്കുന്ന
അന്തഃസംഘർഷങ്ങളും അന്യതാബോധവും സദാ വേട്ടയാടുമ്പോഴും
നിഗൂഢമായി അതാസ്വദിക്കുന്ന മനസ്സിന്റെ അഭിരുചി വ്യതിയാനങ്ങളും
പ്രധാനമാണ്. 'ജീവിതത്തിൽ സുഖങ്ങളും ദുഃഖങ്ങളും തീർച്ചയായും
ഉണ്ട്. പക്ഷേ, യഥാർത്ഥ ജീവിതത്തിൽ ദുഃഖത്തിന്റെയോ വേദനയു
ടെയോ മുറിവുകൾ അപ്രധാനങ്ങളാണ്. കുളത്തിൽ എറിഞ്ഞ ഒരു പഴയ
ചിരട്ടയുടെ മീതെ ഓളങ്ങൾ എന്നപോലെ അവ എളുപ്പം തുന്നിക്കൂട്ട
പ്പെടുന്നു. എല്ലാറ്റിനെയും തുന്നിക്കൂട്ടുന്ന നിർവ്വികാരമായ ഒരു വെറും
വളർച്ച മാത്രമാണ് ജീവിതം' സുനിൽ പറയുന്നു.

ഒരർത്ഥത്തിൽ ജീവിതത്തെക്കുറിച്ചുള്ള ചർച്ചാ പുസ്തകമാണ്
ആൾക്കൂട്ടം. പ്രണയം, മരണം, ദാരിദ്ര്യം, രാഷ്ട്രീയം, സ്വാതന്ത്ര്യം, മിത്തോ
ളജി, തത്ത്വചിന്ത, ചരിത്രം തുടങ്ങി വൈകാരികവും വൈജ്ഞാനികവു
മായ മേഖലകളെയെല്ലാം ഒരു നോവലിന്റെ ക്യാൻവാസിൽ കണിശ
മായ പുനരാലോചനയ്ക്ക് വിധേയമാക്കുകയാണ് ആനന്ദ്. ആധുനിക
തയുടെ അനുഭവ പരിസരങ്ങളെ പകർത്തുകയല്ല ഒറ്റൊരു നിർവ്വികാര
തയോടെ അതിന്റെ ജന്മരഹസ്യങ്ങളിലേക്കും ഭാവി ബാദ്ധ്യതകളി
ലേക്കും അന്വേഷിച്ചിറങ്ങുകയാണ് (അങ്ങനെയൊരു വിചാരമേയില്ലാതെ)
നോവലിസ്റ്റ്.

ലക്ഷ്യത്തിന്റെ ഭാരം മുകളിൽ കയറ്റിവെക്കാത്ത യാത്രക്കാരുടെ
ജീവിതങ്ങൾ. സ്വാതന്ത്ര്യം; പരമമായ സ്വാതന്ത്ര്യമാണ് അവർ അഭിലഷി
ക്കുന്നത്. 'ഏകാന്തതയുടെ ഒരു ഭാരവുമായാണ് മനുഷ്യൻ ജനിക്കുന്നത്.
അവന്റെ ജീവിതം മുഴുവൻ അത് ഇറക്കിവെക്കാനുള്ള ഒരു പ്രയത്ന
മാണ്.' എന്നാൽ തങ്ങളെപ്പറ്റി മാത്രം ചിന്തിക്കുന്നവരുടെ ലോകത്ത് ഈ
ഇറക്കിവെപ്പ് പലപ്പോഴും അസാദ്ധ്യമാവുന്നു. ഏകനായ ഈ മനുഷ്യൻ
അതുകൊണ്ടുതന്നെ സ്വതന്ത്രനെന്നാണ് പ്രേം പറയുന്നത്. എന്നാൽ
'തന്നിൽ തന്നെ അടങ്ങി ജീവിക്കുക സ്വാതന്ത്ര്യമല്ല, തങ്ങളെത്തന്നെ
സ്നേഹിക്കുന്നവർ ബാഹ്യലോകത്തെ ഭയക്കുന്നവരാണ്. അവർ
അതിൽനിന്ന് ഒളിച്ചോടുകയാണ് ചെയ്യുന്നത്. മറ്റുള്ളവരുടെ ഇട
യിൽനിന്ന് നേടാൻ കഴിയാത്ത സ്വാതന്ത്ര്യത്തെ അവർ വ്യഥാ തങ്ങളിൽ

തന്നെ തിരിയുന്നു. അവർ സ്വാതന്ത്ര്യം സാക്ഷാൽക്കരിക്കുന്നില്ല, മറ
ക്കുകയാണ് ചെയ്യുന്നത്' എന്ന് രാധ ഈ സ്വാതന്ത്ര്യ പ്രഖ്യാപനത്തെ
തിരുത്തുന്നു. ഇങ്ങനെ പരസ്പര വിരുദ്ധവും എവിടെയുമെത്താത്തതു
മായ സംവാദങ്ങളിലൂടെ മനുഷ്യ ജീവിതത്തിന്റെ വൈവിദ്ധ്യ പൂർണ്ണമാ
യ അവസ്ഥാ വിശേഷങ്ങളെ ആവിഷ്കരിക്കുകയാണ് *ആൾക്കൂട്ടം*. ചോ
ദ്യങ്ങളും സന്ദേഹങ്ങളും ഉയർത്തുകയല്ലാതെ, അതിന്റെ അസ്സഹനീയ
മായ ഉണ്മയിൽ ഉരുകുകയല്ലാതെ ഉത്തരങ്ങൾ കണ്ടെത്തി അവതരി
പ്പിക്കുന്ന ബാലിശ മൗഢ്യത്തിൽനിന്ന് വിമുക്തവുമാണ് ഈ പുസ്ത
കം.

കൊടിയുടെയും ചിഹ്നങ്ങളുടെയും സാന്നിദ്ധ്യത്തിൽ തന്നെ ചർച്ച
ചെയ്യപ്പെടുന്ന ഇന്ത്യയുടെ ദൈനംദിന രാഷ്ട്രീയത്തിലൂടെയാണ് നോവ
ലിലെ സന്ദർഭങ്ങളോരോന്നും വികസിക്കുന്നത്. സുന്ദറിന്റെ ഡയറിക്കു
റിപ്പുകളിലും ജോസഫിന്റെ സംസാരങ്ങളിലും സ്വതന്ത്ര ഇന്ത്യയുടെ
ബാലാരിഷ്ടതകളും ആസന്ന പ്രതീക്ഷകളും നിരാശതകളും ആഴത്തിൽ
പരാമർശിക്കുന്നുണ്ട്. 'സംഘടിതമായ ഒരു തൊഴിലാളി പ്രസ്ഥാന
ത്തിനോ സുശക്തമായ ഒരു പ്രതിപക്ഷത്തിനോ ഇന്ത്യയിലെ കാലാവ
സ്ഥയിൽ വളരാൻ കഴിയില്ല. നമ്മുടേത് ഒരു ഏകാധിപത്യമായതുകൊ
ണ്ടല്ല, പ്രജാധിപത്യമായതുകൊണ്ട്...ജനങ്ങളുടെ മാനസിക ഘടന എന്താ
വശ്യപ്പെടുന്നുവോ അതുതന്നെയാണ് അവർക്കിവിടെ കിട്ടിക്കൊണ്ടിരി
ക്കുന്നത്'. സ്വതന്ത്ര ഇന്ത്യയിലെ ആദ്യത്തെ സംഘടിത പണിമുടക്ക് പ
രാജയപ്പെട്ട ദിവസത്തെ ഈ ഡയറിക്കുറിപ്പ് അവസാനിക്കുന്നത് ഇങ്ങനെ
യാണ്. 'ഇന്ത്യയുടെ ഭാവി ഈ ഭരണവർഗ്ഗത്തിന്റെ കൈയിൽത്തന്നെ
യാണെന്ന് പണിമുടക്കിന്റെ പരാജയം തെളിയിച്ചിരിക്കുന്നു. പിതാക്ക
ളുടെ മക്കൾ പിതാക്കളുടെ മക്കളായിത്തന്നെ ഇരിക്കുമെന്നും.' രാഷ്ട്രീ
യത്തിലേയും ജീവിതത്തിലേയും അസംബന്ധങ്ങൾ കണ്ടുപകച്ച് ത
ന്നിൽനിന്നുതന്നെ അന്യനായി മാറുന്ന സുനിൽ അസഹ്യമായ തന്റെ
ഏകാന്തതയിൽനിന്ന് രക്ഷപ്പെടാൻ ആൾക്കൂട്ടത്തിൽ അഭയം പ്രാപിക്കു
ന്നതിനുമുമ്പ്, മഹാനഗരത്തിലെ ജീവിതം പഠിപ്പിച്ച ദർശനം അവതരി
പ്പിക്കുന്നുണ്ട്.' ഇന്ന് പട്ടിണി കിടന്ന് മരിക്കേണ്ടിവന്നാൽപ്പോലും ഞാൻ
ഒരു റെയിൽപ്പാളത്തെ അഭയം പ്രാപിക്കുകയില്ല. ജീവിതത്തോടുള്ള
പ്രണയം കൊണ്ടല്ല, ജീവിതം പോലെ തന്നെ മരണവും വിഡ്ഢിത്ത
മായി തോന്നുന്നതുകൊണ്ട്. ജീവിതവും മരണവും തമ്മിൽ വ്യത്യാസ
മൊന്നും തോന്നാത്ത അവസ്ഥയാണ് യഥാർത്ഥ സ്വാതന്ത്ര്യം. അങ്ങനെ
യാണെങ്കിൽ താൻ ഇന്ന് സ്വതന്ത്രനാണ്. തനിക്ക് ആഗ്രഹങ്ങളില്ല; അ
തുകൊണ്ട് ഭാവിയും. പശ്ചാത്താപവുമില്ല; അതുകൊണ്ട് ഭൂതവും. താൻ
സമയത്തിന്റെ കെട്ടുകളിൽനിന്ന് സ്വതന്ത്രനാണ്; താൻ എല്ലാറ്റിൽനിന്നും
സ്വതന്ത്രനാണ്. തന്നിൽനിന്ന് തന്നെയും.'

വൈകാരികതയുടെ വഴുപ്പൻ പ്രതലങ്ങളെ ദാർശനികമായ ഉൾ
വെളിച്ചം കൊണ്ട് നവീകരിക്കുകയാണ് *ആൾക്കൂട്ടം*. ജീവിതത്തെ സംബ

ഡിച്ച അസംബന്ധങ്ങൾ പോലും ജീവിതഗന്ധിയായി തീരുന്നതിന്റെ കൗതുകകരമായ വൈപരീത്യങ്ങളുണ്ടിതിൽ. നിർവ്വികാരതയും അന്യ താബോധവും ഏകാന്തതയും ഉച്ചസ്ഥായിയിൽ മുഴങ്ങുമ്പോഴും ജീവി തപ്രണയത്തിന്റെ അനാസക്തവും സൗമ്യവുമായ മന്ത്രധ്വനികൾ *ആൾ ക്കൂട്ടത്തിന്റെ* സംഗീതമായി എന്നിൽ നിറഞ്ഞിട്ടുണ്ട്.

വൈവിദ്ധ്യമാർന്ന നിരവധി ജീവിത സന്ദർഭങ്ങളെ ദാർശനിക വിചാ രണകളിലൂടെയും വിലയിരുത്തലുകളിലൂടെയും മറികടക്കുക മാത്രമല്ല, ഇടപെടലിനുള്ള ഇടങ്ങൾ ധാരാളമായി അവശേഷിപ്പിച്ച് അപാരമായ പാരായണ സാദ്ധ്യതകൾ തുറന്നിടുകകൂടി ചെയ്യുന്നുണ്ട് *ആൾക്കൂട്ടം.* ഇതുവരെയുള്ള വായനാഘട്ടങ്ങളിലെല്ലാം സ്വയം ഒരു കഥാപാത്രമായി നോവലിലേക്ക് പ്രവേശിക്കാനും തർക്കങ്ങളിലും തത്ത്വവിചാരങ്ങളിലും അതത് സമയത്തെ ജീവിതമുദാഹരിച്ച് പങ്കാളിയാകാനുമുള്ള അപൂർവ്വ സ്വാതന്ത്ര്യം മറ്റൊരു കൃതിയും എനിക്ക് നല്കിയിട്ടില്ല.

11

പരതന്ത്രം

സ്വാതന്ത്ര്യത്തെക്കുറിച്ചുള്ള ഒട്ടുമിക്ക ചർച്ചകളിലും സ്വാതന്ത്ര്യം എന്ന അപരിമേയവും ഏറക്കുറെ അമൂർത്തവുമായ പദം വളരെവേഗം മൂർത്തവും നിശ്ചിതവുമായ രാഷ്ട്രീയ സ്വാതന്ത്ര്യമായി വേഷം പകരുന്നത് കാണാം. പിന്നെ കാര്യങ്ങൾ എളുപ്പമാണ്. സാമ്രാജ്യത്വം, പുരുഷാധിപത്യം, മുതലാളിത്തം, കമ്യൂണിസം, സയണിസം തുടങ്ങി ലോകത്തിൽ ഇതുവരെ കണ്ടുപിടിക്കപ്പെട്ടിട്ടുള്ള മുഴുവൻ ചിന്താധാരകളേയും ഏതെങ്കിലും രീതിയിൽ പ്രതിക്കൂട്ടിലാക്കി ആക്രമിച്ച് മത്സരിക്കും. തീർച്ചയായും ഇതൊരു സ്വാതന്ത്ര്യമാണ്. രാഷ്ട്രീയ സ്വാതന്ത്ര്യം സാമൂഹ്യ ജീവിതത്തിൽ പ്രധാനവുമാണ്. എന്നാൽ നൂറ്റാണ്ടുകളായി പലതരം പ്രക്ഷോഭങ്ങളിലൂടെ, ബോധവല്ക്കരണങ്ങളിലൂടെ, നവോത്ഥാന സന്ദേശങ്ങളിലൂടെ എണ്ണമറ്റ മഹാന്മാരിലൂടെ ആവർത്തിച്ച് പ്രവർത്തിച്ചിട്ടും എന്തുകൊണ്ടാണ് ലോകത്തിൽ എല്ലായിടത്തും സ്വാതന്ത്ര്യം സാക്ഷാൽക്കരിക്കപ്പെടാത്തത്? സ്വാതന്ത്ര്യത്തിനെതിരായ അടിച്ചമർത്തലുകൾ നിരന്തരം തുടർന്നുകൊണ്ടിരിക്കുന്നത്? രാഷ്ട്രീയവും സാമൂഹികവുമായ കാരണങ്ങൾ നാം ചർച്ച ചെയ്തു മടുത്തിരിക്കുന്നു. അടിസ്ഥാനപരമായി സ്വാതന്ത്ര്യം മനുഷ്യനു പറഞ്ഞിട്ടുള്ളതല്ല. ബഹുവിധമായ അറിവുകളുടെയും സാംസ്കാരിക മൂല്യങ്ങളുടെയും അടിമയായ ആധുനിക മനുഷ്യന് പ്രത്യേകിച്ചും.

മനുഷ്യൻ സ്വതന്ത്രനായി ജനിക്കുന്നു എന്നൊക്കെ വെറുതെ പറയുന്നതാണ്. കരയാൻ മാത്രമറിയുന്ന, ഒന്നിനും സ്വയംശേഷിയില്ലാത്ത ഒരു കുഞ്ഞിന് യഥാർത്ഥത്തിൽ എന്ത് സ്വാതന്ത്ര്യമാണുള്ളത്? പിന്നീടങ്ങോട്ടുള്ള നിരന്തരമായ പഠനങ്ങളുടെയും പരിശീലനങ്ങളുടെയും ഫലമായി സ്വതന്ത്രനായി വളരുന്ന വ്യക്തി യഥാർത്ഥത്തിൽ ഇതിന്റെയെല്ലാം

ഇര കൂടിയായിത്തീരുകയാണ്. കുടുംബം, വിദ്യാലയം, സൗഹൃദക്കൂട്ട ങ്ങൾ, മതം, ജാതി, രാഷ്ട്രീയ പാർട്ടികൾ തുടങ്ങിയ സാമൂഹിക സ്ഥാപ നങ്ങളിലൂടെ സ്വാതന്ത്ര്യത്തിലേക്ക് ജ്ഞാനസ്നാനം ചെയ്യപ്പെടുന്ന വ്യ ക്തി, ഈ സ്ഥാപനങ്ങളുടെയെല്ലാം നിയമാവലികളുടെ അനുസരണ യുള്ള ഭൃത്യനായിരിക്കും. അവന്റെ/അവളുടെ ഈ കാഴ്ചകൾ സ്ഥാപ നത്തിന്റെ പരിമിത കാഴ്ചകളായിരിക്കും. അവയുടെ നിലനില്പിനും അ തിജീവനത്തിനും വിജയത്തിനും വേണ്ടിയുള്ള പ്രവർത്തനങ്ങൾ സ്വാ തന്ത്ര്യത്തിനുവേണ്ടിയുള്ള അവരുടെ സമരങ്ങൾ. ഏതെങ്കിലും ഒരു പരി മിതിക്കകത്തുനിന്നുകൊണ്ടല്ലാതെ സ്വാതന്ത്ര്യത്തിന്റെ ആകാശത്തെക്കു റിച്ച് സൂചിപ്പിക്കാനോ വിചാരപ്പെടാനോ സാധിക്കാത്ത വിധം മനുഷ്യൻ പരതന്ത്രനാണ്. യഥാർത്ഥ സ്വാതന്ത്ര്യം മനുഷ്യനിൽനിന്ന് അകന്നകന്ന് പൊയ്ക്കൊണ്ടിരുന്നു. സംസ്കാരത്തിന് സ്വതന്ത്രമാവുക അസാദ്ധ്യ മാണ്.

പരിഷ്കാരിയായ മനുഷ്യൻ പ്രാഥമികമായി സ്വതന്ത്രനാവേണ്ടത് അവനവനിൽനിന്നുതന്നെയാണ്. ആർജ്ജിച്ച വലുതും ചെറുതുമായ അറി വുകളിൽനിന്ന് (അറിഞ്ഞതിൽനിന്നുള്ള മോചനം എന്ന് ജിദ്ദുകൃഷ്ണ മൂർത്തി). സ്വന്തം ഇഷ്ടാനിഷ്ടങ്ങൾ മറ്റാരോ തീരുമാനിക്കുന്ന കടുത്ത അനൗചിത്യത്തെയാണ് നാം പാരതന്ത്ര്യം എന്ന് വിളിക്കുന്നത്. ഇച്ഛകൾ ക്കൊത്ത് ജീവിക്കാൻ സാധിക്കുന്നവർ ആരുണ്ട് നമുക്കിടയിൽ? പണമി ല്ലാഞ്ഞിട്ടെന്ന് ഇല്ലാത്തവർ പറയും. നേരമില്ലാഞ്ഞിട്ടെന്ന് പണമുള്ളവർ പറയും. ഇനിയൊരു കൂട്ടർക്ക് ആഹ്ലാദമോ? അതെന്താണ് എന്നുതന്നെ അറിയില്ല. കാലങ്ങളുടെ ക്ലാവു പിടിച്ച ചങ്ങലകൾകൊണ്ട് ബന്ധിത മാണ് നമ്മുടെ സ്വപ്നങ്ങൾ... എല്ലാം.

ചെറിയ ചില കാര്യങ്ങളെടുക്കാം. ഇഷ്ടപ്പെട്ട വിഷയങ്ങളാണോ പഠി ച്ചത്? ഇഷ്ടമുള്ള ജോലിയാണോ ചെയ്യുന്നത്? ഇഷ്ടമുള്ള ആൾക്കൊപ്പ മാണോ ജീവിക്കുന്നത്? ഇഷ്ടമുള്ള കാര്യങ്ങളാണോ പറയുന്നത്? ചോദ്യ ങ്ങൾ എങ്ങനെ പെരുകിയാലും ഉത്തരം ഒരൊറ്റ 'അല്ല' ആയി ഉറച്ചു നില്ക്കുന്ന ദാരുണാവസ്ഥയിലാണ് ഏറെപ്പേരും. ഈ 'അല്ല' പോലും കൃത്യമായി പറയാനാവാത്ത സ്വയം വിഴുങ്ങി കളിച്ചു ചിരിച്ച് നടക്കുന്ന വർ അതിലുമേറെ. ഒട്ടും സത്യസന്ധമല്ലാത്ത കാട്ടിക്കൂട്ടലുകളായി നമ്മുടെ ജീവിതം മാറിക്കഴിഞ്ഞു. മറ്റുള്ളവർക്കു മുമ്പിലെ പ്രകടനങ്ങ ളാണ് നമ്മുടെ സ്വാതന്ത്ര്യം. ഇങ്ങനെ സ്വാതന്ത്ര്യത്തിന്റെ അർത്ഥം പോലും അന്യമായ, കപടജീവിതം നയിക്കുകയും അതിൽ അളവറ്റ് ആഹ്ലാദിക്കുകയും ചെയ്യുന്ന ഒരു ജനതയിൽനിന്ന് എന്ത് പ്രതീക്ഷി ക്കാൻ?

ആലോചിക്കുന്നവർക്ക് മാത്രമാണ് സ്വാതന്ത്ര്യം ഒരു വിഷയമാവു ന്നത്. കടുത്ത പാരതന്ത്ര്യത്തിനിടയിലും അതിനെക്കുറിച്ച് അറിയാതെ സുഖമായി ജീവിച്ചു പോകുന്ന അസംഖ്യം ജീവിവർഗ്ഗങ്ങളിലൊന്നായി ആധുനിക മനുഷ്യൻ മാറുകയാണ്. അറിഞ്ഞില്ലെങ്കിൽ ഒന്നുമില്ല. അറി

വാണ് എല്ലാറ്റിനെയും പ്രത്യക്ഷമാക്കുന്നത്. അനസ്തേഷ്യ നല്കിയ ഒരു രോഗിക്ക് കത്തിയുടെയും കത്രികയുടെയും ശബ്ദം മാത്രമാണ് വേദന. സ്വാതന്ത്ര്യവും അതുപോലെയാണ്. അതിനെക്കുറിച്ചുള്ള അറിവ്, സ്വാതന്ത്ര്യബോധം, ഇല്ലെങ്കിൽ പിന്നെ ഏത് ജയിലിലും കിടക്കാം. മറ്റൊരു കിടപ്പാടം മാത്രമാകും ജയിൽ. ശകാരങ്ങൾ പലതരം ശബ്ദങ്ങൾ മാത്രമാകും. ഒന്നും അതല്ലാതായി മാറും.

നിർഭാഗ്യവശാൽ നമ്മുടെ വംശം അങ്ങനെയാണ്. ശാസ്ത്രം പഠി ക്കുന്നവരെങ്കിലും നമ്മുടെ ശാസ്ത്രബോധം എത്രയോ പിന്നിലാണ് (റോക്കറ്റ് വിക്ഷേപണത്തിന് മുമ്പ് ഗണപതിക്ക് തേങ്ങയുടയ്ക്കുന്ന ശാസ ്ത്രജ്ഞർക്ക് സ്തുതി). സ്വാതന്ത്ര്യസമരചരിത്രം പഠിച്ച് ജയിക്കും. സ്വത ന്ത്രജീവിതം നമ്മുടെവിഷയമല്ല. ബോധം നഷ്ടപ്പെട്ട ഒരു ജനത ഏതൊ ക്കെയോ 'കീ'കൾക്കനുസരിച്ച് എന്തൊക്കെയോ പ്രവർത്തിക്കുന്ന ഒരു കൂട്ടമായി, സർവ്വതന്ത്രസ്വതന്ത്രരായി നാം മാറിയിരിക്കുന്നു. റേഡിയോ, ടെലിവിഷൻ, ഉപഗ്രഹങ്ങൾ... എല്ലാം നാം അറിയുന്നുണ്ട്. എന്നാൽ ഒന്നും അറിയുന്നില്ല. അറിവ് എന്നത് വിവരങ്ങൾ (Informations) മാത്ര മാണ് നമുക്ക്. അത് പ്രജ്ഞയിലൂടെ പ്രവഹിക്കുന്നില്ല. അതിനെക്കുറി ച്ചൊന്നും ഓർക്കാൻ നേരമില്ല. അത്രയ്ക്കും നാം തിരക്കുള്ളവരാകുന്നു. വിദ്യാഭ്യാസം, കുടുംബം, തൊഴിൽ, കൂട്ടുകാർ, എല്ലാം നമ്മെ ഒന്നിനും നേരമില്ലാത്തവരാക്കുന്നു. സ്വന്തം വീട്ടിലേക്ക്, തന്നിലേക്ക് മാത്രം ഒതു ങ്ങുന്ന ജീവിവർഗ്ഗമായി നാം തൃപ്തരാകുന്നു.

എന്നാൽ തന്നെത്തന്നെ കാണാനും അറിയാനുമുള്ള ശ്രമങ്ങൾ ഇല്ല തന്നെ. അവനവന്റെ ഉള്ളിൽനിന്ന് ഉയരുന്ന സ്വന്തം സത്വത്തിന്റെ ഇഷ്ട ങ്ങൾ, ആവശ്യങ്ങൾ കേൾക്കാനും അറിയാനും സാദ്ധ്യമാക്കാനും ശ്രമി ച്ചാൽ തന്നെ സ്വാതന്ത്ര്യത്തിലേക്കുള്ള വലിയ ചുവടുകളാവും. സ്വത ന്ത്രരായിരിക്കുക എന്നാൽ സത്യസന്ധമായിരിക്കുക എന്നാണ്. മറ്റുള്ള വരോട് മാത്രമല്ല, അവനവനോട് തന്നെയും. സത്യത്തെ ഭയാശങ്കക ളോടെയല്ല, അതെത്ര തീക്ഷ്ണമായാലും ഉള്ളുതുറന്ന് സ്വീകരിക്കാൻ തയ്യാറാവണം. ഒരിഷ്ടമല്ല, ഒരുപാടിഷ്ടങ്ങൾ. ഒരു ശരിയല്ല, പല ശരി കൾ, വൈവിധ്യത്തിന്റെ മനോഹാരിത. അത് അംഗീകരിക്കാൻ, ആശ്ലേ ഷിക്കാൻ അതിനുവേണ്ടിയുള്ള മാനസികമായ തയ്യാറെടുപ്പ് നടത്താൻ സന്നദ്ധമാണോ? സ്വാതന്ത്ര്യം കുറെക്കൂടി സമീപസ്ഥമാവും.